ஔரங்கசீப்

● அன்பார்ந்த வாசகருக்கு,

வணக்கம்.

காலச்சுவடு நூலை வாங்கியமைக்கு நன்றி.

நூலின் உள்ளடக்கம், உருவாக்கம், அட்டைப்படம் இன்ன பிற அம்சங்கள் பற்றிய உங்கள் கருத்துகளையும் ஆலோசனைகளையும் காலச்சுவடு வரவேற்கிறது. தகவல், எழுத்து, வாக்கியப் பிழைகள் தென்பட்டால் அவசியம் தெரிவித்து உதவுங்கள். நூல் தயாரிப்பில் கடும் குறைபாடு இருப்பின் மாற்றுப் பிரதி உங்களுக்குக் கிடைக்கக் காலச்சுவடு ஏற்பாடு செய்யும்.

மின்னஞ்சல்: **publisher@kalachuvadu.com**

காலச்சுவடு நாகர்கோவில் அலுவலகத்திற்குக் கடிதம் அனுப்பலாம்.

தங்கள்
எஸ்.ஆர். சுந்தரம் (கண்ணன்)
பதிப்பாளர் – நிர்வாக இயக்குநர்

ஔரங்கசீப்

இந்திரா பார்த்தசாரதி (பி. 1930)

சென்னையில் பிறந்து கும்பகோணத்தில் வளர்ந்த ரங்கனாதன் பார்த்தசாரதி தன் மனைவி இந்திராவின் பெயரைத் தன் பெயருடன் இணைத்துக் கொண்டு இந்திரா பார்த்தசாரதி என்ற புனைபெயரில் எழுத ஆரம்பித்தார். கும்பகோணத்தில் பள்ளிப் படிப்பை முடித்தார். பள்ளிப் பருவத்தில் தி. ஜானகிராமன் இவருடைய ஆசிரியராக இருந்தார். குடந்தை அரசு கல்லூரியில் இளங்கலைப் பட்டம், சிதம்பரம் அண்ணாமலை பல்கலைக்கழகத்தில் முதுகலைப் பட்டம் பெற்றார்.

முதன்முதலாக 1964இல் *ஆனந்த விகடன்* இதழில் இவரது ‘மனித இயந்திரம்’ சிறுகதை வெளிவந்தது. பல நாவல்களும் நூற்றுக்கும் மேற்பட்ட சிறுகதைகளும் நாடகங்களும் எழுதியுள்ளார். இவருடைய கட்டுரைகளும் மொழியாக்கங்களும் நூல்களாக வெளியிடப்பட்டுள்ளன.

15 நாடகங்கள், 19 நாவல்கள், 6 சிறுகதைத் தொகுப்புகள் வெளிவந்துள்ளன. ஆழ்வார்கள் குறித்து ஆய்வுசெய்து கட்டுரை சமர்ப்பித்துத் தில்லிப் பல்கலைக்கழகத்தில் முனைவர் பட்டம் பெற்றார்.

பல்வேறு கல்வி நிறுவனங்களில் 40 ஆண்டுகளுக்கு மேலாக ஆசிரியப் பணி ஆற்றியிருக்கிறார். போலந்தின் வார்சா பல்கலைக்கழகத்தில் இந்தியத் தத்துவம், பண்பாட்டுப் பாடப் பிரிவுக்கான வருகைதரு பேராசிரியராக 1981முதல் 1986வரை பணியாற்றினார்.

சாகித்திய அகாதெமி விருது (1977), பாரதீய பாஷா பரிஷத் விருது (1996), சரஸ்வதி சம்மான் விருது (1999), சங்கீத் நாடக அகாதெமி விருது (2004), பத்மஸ்ரீ விருது (2010), *இந்து* நாளிதழ் நடத்தும் 'லிட் ஃபார் லைஃப்' இலக்கிய நிகழ்வின் வாழ்நாள் விருது (2010) ஆகியவற்றைப் பெற்றுள்ளார். 2022இல் சாகித்திய அகாதெமி ஃபெல்லோஷிப் வழங்கி இவரைக் கௌரவித்திருக்கிறது.

இந்திரா பார்த்தசாரதி

ஔரங்கசீப்

காலச்சுவடு பதிப்பகம்

ஔரங்கசீப் ✦ நாடகம் ✦ ஆசிரியர்: இந்திரா பார்த்தசாரதி ✦ © இந்திரா பார்த்தசாரதி ✦ முதல் பதிப்பு: ஏப்ரல் 1978 ✦ காலச்சுவடு முதல் பதிப்பு: ஜூலை 2024 ✦ வெளியீடு: காலச்சுவடு பப்ளிகேஷன்ஸ் (பி) லிட்., 669, கே.பி. சாலை, நாகர்கோவில் 629001

காலச்சுவடு பதிப்பக வெளியீடு: 1192

aurankaciip ✦ Play ✦ Author: Indira Parthasarathy ✦ © Indira Parthasarathy ✦ Language: Tamil ✦ First Edition: April 1978 ✦ Kalachuvadu First Edition: July 2024 ✦ Size: 14cm x 15cm ✦ Paper: 18.6 kg maplitho ✦ Pages: 120

Published by Kalachuvadu Publications Pvt. Ltd., 669, K.P. Road, Nagercoil 629001, India ✦ Phone: 91-4652-278525 ✦ e-mail: publications@kalachuvadu.com ✦ Printed at Compuprint Premier Design House, Chennai 600086

ISBN: 978-81-19034-15-4

07/2024/S.No. 1192, kcp 4452, 18.6 (1) rss

முன்னுரை

சர்வாதிகாரிகளின் தனிமை

இந்திரா பார்த்தசாரதி தமிழில் இலக்கியத்துக் காகவும் நாடகத்துக்காகவும் தேசிய விருது பெற்றவர். நாவல்கள், சிறுகதைகள், நாடகங்கள், கட்டுரைகள் எனப் பன்முகத் தளங்களில் பங்களிப்புகள் செய்தவர். பெருங்கதையாடல்களுக்குள் பொதிந்துள்ள எண்ணற்ற சிறுகதையாடல்களை நோக்கிய பார்வை அவருடையது. வரலாற்றின் மறுவாசிப்பும், வரலாற்றுடனான உரையாடலும் அவருடைய படைப்புகளில் மேலோங்கி நிற்கும் அம்சம்.

வெளிப்படையாகத் தெரியும் வரலாற்று முகங்களினூடாகச் செல்லும் பல்வேறு பண்பாட்டுச் சலனங்களில் வெளிச்சம் பாய்ச்சுபவர் இ.பா. முக்கியமாக, சர்வாதிகாரிகளாகச் சித்திரிக்கப்படும் வரலாற்றுப் பாத்திரங்களின் தனிமை என்கிற அம்சம்

அவர்களுடைய செயல்பாடுகளின் உந்துசக்தியாக விளங்குவதை இ.பா. வெளிக்கொணர முயல்கிறார். அவ்வகையில் ஔரங்கசீப் நாடகத்தில் நேர்க்கோட்டுத்தன்மையற்ற சித்திரிப்பின் மூலம் அதிகாரத்தின் போக்குகளை அம்பலப்படுத்தும் உத்தி செயல்படு கிறது. நாடக வடிவம் காட்சித் தளத்தில் அதற்குக் கூர்மையை அளிக்கிறது. அவருடைய நாடகக் கதையாடல்கள் பெருமளவில் இத்தகைய மெல்லிய சரடுகள்மீது வெளிச்சம் பாய்ச்சுவதையே இலக்காகக் கொண்டவை.

ஔரங்கசீப் நாடகத்தின் முக்கியப் பாத்திரங்களான ஷாஜஹான், மூத்த மகன் தாரா, இளைய மகன் ஔரங்கசீப் ஆகிய மூவரும் கடந்தகாலம், எதிர்காலம், நிகழ்காலம் ஆகியவற்றின் பிரதிநிதிகளாகச் சித்திரிப்புப் பெறுகிறார்கள். இயற்கை மனிதனைப் பார்த்து என்னைக் கவிதையாக்கு என்று கேட்டுக்கொண்டே இருக்கிறது என்ற அழகுணர்விலும், சரித்திரம் தன்னை மறந்துவிடக் கூடாது என்ற ஆத்திரத்திலும் ஷாஜஹான் தனக்கென ஒரு சமாதி கட்ட நினைக்கிறார். அரசர்கள் தங்களின் தனிப்பட்ட அந்தரங்கக் கனவுகளைத் தங்களுடைய திருப்திக்காக நிறைவேற்ற முயல்வதா என்ற கேள்வியுடன் லட்சிய வாழ்வுக்குப் பாதை அமைத்திருப்பதுதான் ஹிந்துஸ்தானத்தின் பாரம்பரியச் சிறப்பு என்று மூத்த மகன் தாரா நம்புகிறான். மக்களுக்கு உணவு போதும், அழகுணர்ச்சி தேவையில்லை, அவர்கள் சிந்திக்க வேண்டிய அவசியம் இல்லை, அதை அரசாங்கம் பார்த்துக்கொள்ளும் எனக் கருதுகிறான் இளைய மகன் ஔரங்கசீப்.

இந்தப் பாத்திரங்களுக்கிடையில் நடக்கும் அதிகாரத்துக் கான போராட்டமானது அவர்களுடைய அனுமானங்கள்,

அணுகுமுறைகள் ஆகியவற்றின் பலவீனங்களால் தோல்வியில் முடிகிறது. ஷாஜஹான் சிறையில் அடைக்கப்படுகிறார்; தாரா கொல்லப்படுகிறான்; ஔரங்கசீப் தன்னுடைய மகன்களால் வெறுக்கப்பட்டுத் தனிமையில் சரித்திரத்தின் தீர்ப்புக்காகக் காத்திருப்பதுடன் நாடகம் நிறைவுபெறுகிறது.

ஆள்கின்றவர்கள் ஒரு மதத்திலோ கொள்கையிலோ புகுந்து கொண்டு மக்கள் நம்புவதற்காக ஒரு பிரமையை ஏற்படுத்தித் தாங்களே அந்த பிரமையை நம்பத் தொடங்குவதுதான் ஒரு நாட்டின் துர்பாக்கியம் என்பதை இந்த நாடகம் காட்டுகிறது. கனவுக்கும் யதார்த்தத்துக்கும் வேறுபாடு அறியாது குழம்பும் தத்துவ விசாரங்களால் வரலாறு கட்டமைக்கப்படுவதை முரண்பாடுகளின் தொடர் இருப்பாக இந்திரா பார்த்தசாரதி கட்டுடைப்பு செய்கிறார்.

இந்த நாடகம் தில்லியிலும் பிற வட மாநிலங்களிலும் நிகழ்த்தப்பட்டபோது பெரும் வரவேற்பைப் பெற்றது. பின்நவீனப் பிரதிகளால் காப்பியங்களின் மறுவாசிப்பையும் கட்டுடைத்தலையும் காட்சித் தளத்தில் வலிமையாக மேற்கொள்ள முடியும் என்பதன் நிரூபணம் இது. வெறும் கருத்துக் குவியல்களின் தொகுப்பாக இல்லாமல் பாத்திரங்களின் துரித இயக்கங்கள் மூலம் மாறிக்கொண்டிருக்கும் யதார்த்தங்களைக் காட்சிப்படுத்தி உயிரோட்டமான நாடகக் களனை வழங்குவதில் வெற்றி கண்டுள்ளது இந்த நாடகம்.

வெளி ரங்கராஜன்

முதல் பதிப்பின் முன்னுரை

'ஔரங்கசீப்' ஒரு சரித்திர நாடகம். இது ஒரு சரித்திர நாடகமென்பது யதேச்சையான சம்பவம். உங்களுக்குச் சரித்திரம் சொல்லிக் கொடுக்க வேண்டுமென்பது என் நோக்கமல்ல. சரித்திரத்திலிருந்து நாம் பாடம் கற்றுக்கொள்ள முயலும்போதுதான் சரித்திரம் தத்துவமாகிறது.

மனிதன் இயற்கையுடன் ஓயாமல் போராடு கிறான். போராட்டத்துக்கு ஏற்றவாறு எந்த அளவுக்குத் தன்னை அவன் தயார்செய்துகொள்கிறானோ அதுதான் அவன் பண்பாட்டின் வரலாறாக அமைகிறது. மனிதனுடைய பிரச்சினைகள் என்றும் தீராமல் இருப்பதுதான் மனித வாழ்க்கையைச் சுவாரஸ்யமாக்குகிறது. சரித்திரம் நம்மைப் புத்திசாலிகளாக ஆக்கியிருந்தால் கலைக்கு இடமில்லாமலேயே போயிருக்கக்கூடும்.

இந்நாடகம், இதில் வரும் கதாபாத்திரங்களின் ஒன்றுக்கொன்று முரண்பட்ட மன இயல்புப்

போராட்டங்களைப் பகைப்புலனாகக் கொண்டிருக்கிறது. ஷாஜகான் X ஔரங்கசீப், தாரா X ஔரங்கசீப், ஜஹனாரா X ரோஷனாரா. கடைசியாக ஔரங்கசீப் X ஔரங்கசீப்; இவர்கள் சரித்திரப் பாத்திரங்களாக இருக்கலாம். ஆனால் ஒவ்வொரு வரும் ஒரு நோக்கைப் பிரதிபலிக்கிறார்கள். இதனால்தான் இது சரித்திர நாடகம் என்பது யதேச்சையான சம்பவம் என்று ஆரம்பத்தில் சொன்னேன்.

ஷாஜகான் இறந்த காலத்தில் வாழ்கிறான். தாரா எதிர்காலத்தில், ஔரங்கசீப் நிகழ்காலம். ஔரங்கசீப்பின் வெற்றி யதார்த்த நோக்குக்குக் கிடைக்கும் வெற்றி. ஆனால் அவன் வெற்றியின் விலை என்ன? இதை இறுதிக் காட்சியில் ஔரங்கசீப்பே உணர்த்துகிறான்.

மக்களின் நலனைப் பேணும் சர்வாதிகாரியாக இருந்தாலும் சரி, அல்லது அவனே இரக்கமற்ற அரக்கனாக இருந்தாலும் சரி, அவன் 'தனிமையே' அவனுடைய சோகமாக அமைகிறது. ஔரங்கசீப்பின் தனிமை, இறுதிக் காட்சியில் சித்திரிக்கப்படு வதற்கு இதுதான் காரணம். கடைசியில் சரித்திரத்தின் தீர்ப்புக்காக அவன் காத்திருக்கிறான்.

அவன் தவறு செய்வதைக் காட்டிலும், தவறு செய்யத் தூண்டப்படுகிறான் என்று வேண்டுமானால் கூறலாம். ஆனால் இது தவறு நிகழ்ந்த பிறகு கூறப்படும் மனோதத்துவ சமாதானம். இம்மனோதத்துவப் பார்வைதான் சரித்திரத்தைக் கலையாக்குகிறது.

இந்திரா பார்த்தசாரதி

ஔரங்கசீப்

(திரை விலகும்போது, மங்கிவரும் மாலை வேளையைக் காட்டும் மங்கலான வெளிச்சம்.)

அரங்கத்தின் பின்புறமாகச் சற்றுத் தள்ளி மேடை. இடப்புறத்தில் மெல்லிய திரை வழியே அந்தப்புரத்திலிருந்து மேடைக்கு வரும் வழி. மேடையின் நடுப்பகுதியில் சிம்மாசனம். மேடைக்கு ஏறிச்செல்ல மத்தியில் படிக்கட்டுகள். இடப்புறத்திலும் ஓரமாகப் படிக்கட்டுகள். அரச குடும்பத்தினரைத் தவிர மற்றவர்கள் அப்படிக்கட்டு வழியாகத்தான் வர வேண்டும்.

பின்னணியில் ஜமுனா நதி. வெட்ட வெளி. இரண்டு மொகலாயப் போர் வீரர்கள் வலப்புறமாக படிக்கட்டு வழியாக இறங்கி வருகிறார்கள்.

(பேசிக்கொண்டே அரங்கத்தின் முன்பக்கம் வருகிறார்கள்.)

காட்சி–1

வீரன் 1: தாரா இன்னைக்கி ஷா–இன்–ஷா முன்னாலயே சொல்லிக்கிட்டிருந்ததைக் கேட்டியா?

வீரன் 2: ஆமாம், அதானே கேக்கறேன்? – எவ்வளவு தைரியம் இருந்தா ஒரே சமயத்திலே ஒருத்தன் கிறிஸ்துவனாவும், ஹிந்துவாவும், முஸல்மானாவும் ஏன் இருக்க முடியாதுன்னு கேட்டிருப்பான்? மகன் சொல்லறதை அப்பன் கேட்டுக்கிட்டுத்தானே இருந்தாரு?

வீரன் 1: இன்னொரு விஷயம் தெரியுமில்லே? ஸி–உல்–அஸ்ரார்னு அவன் ஒண்ணு எழுதியிருக்கான் பாரு, அதான் அந்த ஹிந்துக்களோட வேதமோ என்னவோ அதை மொழி பெயர்த்திருக்கானே – அதைச் சொல்றேன், அதெ ஒரு நாளைக்கு நூறு பேருக்குப் படிச்சிக் காட்டிகிட்டிருக்கான்.

வீரன் 2: நிர்வாண சந்நியாசிங்களை அரண்மனைக்குக் கூட்டிகிட்டு வந்து அவன் அடிக்கிற கொட்டம்...

வீரன் 1: ஒரு நல்ல முஸல்மானா இருந்தா சிலையை வச்சுக் கும்பிடறதிலே என்ன தப்புன்னு கேப்பானா?

வீரன் 2: சம்ஸ்கிருத மந்திரங்களைப் பொறிச்சுவச்ச மோதிரங் களைப் போட்டுக்கிட்டுத் திரிவானா?

வீரன் 1: ஒரு நாளைக்கு அஞ்சு தடவை எதுக்காக நமாஸ் செய்யணும்னு கேப்பானா?

வீரன் 2: ரம்ஸான் மாசத்திலே விருந்து சாப்பிடறான்...

வீரன் 1: ஸூஃபிகளைக் கட்டிகிட்டு அழறான்.

வீரன் 2: முல்ஹீத்...

வீரன் 1: முஷ்ரிக்...

வீரன் 2: எப்படி இருந்தா என்ன, சனங்ககிட்டே இவனுக்கு என்ன பேரு பாத்தியா!

வீரன் 1: தானம் செய்யறேன்னு பணத்தை வாரியிறைச்சா ஏன்யா பேரு வராது?

வீரன் 2: ஷா–இன்–ஷா இவன் பேரிலே உயிரல்லே வச்சிருக்காரு...

வீரன் 1: ராஜபுத்திரங்க இவன் பக்கம்...

வீரன் 2: தேசத்தோட செல்லப்புள்ளே.

வீரன் 1: ஆனா ஒண்ணு, சபையிலேயிருக்கிற மொசல்மான் பிரபுக்கள்லாம் தன் பக்கம்னு நினைச்சிகிட்டிருக்கான், சமயம் வரட்டும், என்ன நடக்கப்போறதுன்னு ... பாரு. (சிரிக்கிறான்)

வீரன் 2: ராஜபுத்திரங்க மட்டுமென்ன? கையோங்கிற பக்கம் பாத்துகிட்டு, நம்பினவங்களைக் காலை வாரிவிடுவாங்க!

வீரன் 1: சுயநலம்னு வர்றப்போ ஹிந்துவாவது முஸல்மானாவது!

வீரன் 2: ஷியாவாவது சன்னியாவது?

வீரன் 1: எல்லாரும் நம்ம நாட்டு சனங்கதானே!

வீரன் 2: ஹிந்துஸ்தான் ஹமாரா!

(இருவரும் சிரிக்கின்றனர். சிறிது நேர மௌனம்...)

வீரன் 1: நான் உன்னை ஒண்ணு கேக்கலாமா?

வீரன் 2: நானும் உன்னை ஒண்ணு கேக்கலாமா?

வீரன் 1: *(கீழ்க்குரலில்)* ஷா–இன்–ஷாவோட மூணாவது பிள்ளே, தாராவோட ஜென்ம எதிரி ஔரங்கசீப்போட ஆளு நான், நீ?

வீரன் 2: வாய் வலிக்குது, என் கேள்வியும் அதேதான்!

(இருவரும் சிரிக்கின்றனர்.)

வீரன் 1: நம்ம மாதிரி அரண்மனையிலே இன்னும் நிறையப் பேரு இருக்காங்க, தெரியுமில்லே?

வீரன் 2: ஓ தெரியுமே! ஆனா ஒருத்தனுக்கொருத்தன் தொடர்பு இல்லாமே...

வீரன் 1: ஒருத்தனைக் கவனிக்க இன்னொருத்தன். அவனைக் கவனிக்க வேறொரு ஆளு, இப்படி நான் *(இரகசியமாகக் காதில்)* கலீலுல்லா கானைக் கவனிச்சுகிட்டிருக்கேன். நீ?

வீரன் 2: *(ஆச்சரியத்துடன்)* அவரா? தாரா அவரை ரொம்ப நம்பிகிட்டிருக்கானே!

வீரன் 1: *(கண் சிமிட்டிக்கொண்டே)* நம்பட்டுமே, யார் வேண்டாம்னாங்க? அப்படி நம்பணும்னுதானே ஔரங்கசீப்பும் வேண்டிகிட்டிருக்காரு? அது கிடக்கட்டும். நீ யாரைக் கவனிச்சுகிட்டிருக்கே?

இந்திரா பார்த்தசாரதி

வீரன் 2: அஸ்கார் கான்.

வீரன் 1: அடப்பாவி!

(இருவரும் சிரிக்கின்றனர்.)

(அப்பொழுது வீரன்–2 மூக்கில் விரலை வைத்து வலப்பக்கத்தைச் சுட்டிக்காட்டி எச்சரிக்கை செய்கிறான்.)

வீரன் 1: யாரு?

வீரன் 2: ஷா–இன்–ஷா.

(இருவரும் திரும்பிச் செல்கிறார்கள். சில விநாடிகளுக்குள் வலப்பக்கத்திலிருந்து தாரா, ஷாஜஹான், ஜஹனாரா ஆகிய மூவரும் வருகிறார்கள். ஷாஜஹான், வயதான தோற்றம். உடல் நலம் சரியில்லை. தாரா, மிடுக்காக இருக்கிறான். கழுத்தில் பொன்னாலாகிய ருத்திராட்ச மாலைகள். பார்ப்பதற்கு 'ஹிப்பி' போல் இருக்கிறான். ஜஹனாரா, நல்ல அழகு. முன்பு ஏற்பட்ட தீ விபத்தின் காரணமாகக் கையில் சிற்சில இடங்களில் தோல் உரிந்ததுபோல் காணப்படுகிறது. ஷாஜஹான் அரியாசனத்தில் உட்காருகிறான். அவன் யோசனையில் ஆழ்ந்திருக்கிறான்.)

தாரா: ஔரங்கசீப்பின் குணம் உங்களுக்குத் தெரிந்ததுதானே? அவன் தன் கையையே நம்ப மாட்டான்.

(சில விநாடிகள் மௌனம்)

தட்சிணத்தில் அவன் ஹிந்துக்களையும் ஷியாக்களையும் இப்படித் துன்புறுத்திக்கொண்டே வந்தானானால் ராஜபுத்திரர்களும் ஷியா பிரபுக்களும் நமக்கு எதிரிகளாகி விடுவார்கள்.

ஜஹனாரா: ஒருவேளை அதுதான் ஔரங்கசீப்பின் நோக்கமோ என்னவோ?

(தாரா அரங்கத்தின் முன்பக்கம் வருகிறான்)

தாரா: அவன் ஏன் என்னை இப்படி வெறுக்கிறான் என்று எனக்குப் புரியவில்லை... அவனுக்கு நான் என்ன செய்து விட்டேன்?

ஜஹனாரா: உனக்கு நினைவிருக்கிறதா, தாரா? நீ புதிய மாளிகை ஒன்று கட்டி, ஷா–இன்–ஷாவுக்கும் உன் தம்பி களுக்கும் காட்ட வேண்டுமென்று அழைத்துக்கொண்டு போனாயே! அப்பொழுது எல்லாரும் உள்ளே சென்றீர்கள். ஆனால் ஔரங்கசீப் உள்ளே போகாமல் வாசலிலே உட்கார்ந்திருந்தான். அப்பொழுது அந்தப் பக்கம் வந்த நான் அவனை, 'ஏன் உள்ளே போகாமல் வாசலிலேயே நிற்கிறாய்?' என்று கேட்டேன். அதற்கு அவன் என்ன பதில் சொன்னான் தெரியுமா?

தாரா: (திரும்பி) என்ன சொன்னான்?

ஜஹனாரா: 'தாரா என்னையும் உள்ளே அழைத்துக்கொண்டு போய் கொல்ல வேண்டும் என்று எதிர்பார்க்கிறாயா?' என்றான். அவ்வளவு சந்தேகம் அவனுக்கு உன் பேரில்.

தாரா: இப்பொழுது ஷுஜாவுக்கும் மூரத்துக்குங்கூட என்னைக் கண்டால் பிடிக்கவில்லை; ஔரங்கசீப் மூரத்தைத் தன்பக்கம் வளைத்துப் போட்டுக்கொண்டிருக்கிறான். என்னை ஒழித்துக்கட்டி அவனுக்கு முடிசூட்டுவதாக

வாக்குறுதி அளித்திருக்கிறானாம். அந்த முட்டாளும் அவனை நம்பிக்கொண்டிருக்கிறான். இப்பொழுதே அவனை ஔரங்கசீப், 'பாத்ஷா' என்று அழைப்பதாகப் பேச்சு.

ஜஹனாரா: மூரத்துக்கு மதுவும் மங்கையுமிருந்தால் போதும்!

தாரா: ஷூஜாவுக்கு மட்டுமென்ன?

ஜஹனாரா: அவன் படையெடுக்க ஆயத்தம் செய்வதாகச் செய்தி வந்திருக்கிறதே?

தாரா: அவன் கொழுப்பை அடக்க சுலைமானை அனுப்பப் போகிறேன்.

ஜஹனாரா: உன் மகனால் அவனைச் சமாளிக்க முடியுமா?

தாரா: ஏன் முடியாது? ஷூஜா தன்னை அலெக்ஸாண்டர் என்று சொல்லிக்கொண்டிருக்கிறான். நிஜ அலெக்ஸாண்டர் வந்தாலும் சுலைமான் சமாளிப்பான்.

ஜஹனாரா: நீ இஸ்லாம் மதத்தின் விரோதி என ஔரங்கசீப் பிரசாரம் செய்துகொண்டிருக்கிறான். இந்தப் பிரசாரம் வலுவடைந்துகொண்டுவருகிறது. என்ன செய்யப்போகிறாய்?

தாரா: நான் எந்த மதத்துக்கும் விரோதியில்லை. அக்பர் பரம்பரையில் வந்த எனக்கு, நாட்டை மதத்தின் அடிப்படையில்தான் ஆள வேண்டுமென்ற நம்பிக்கை கிடையாது.

ஜஹனாரா: அக்பருக்கும் உனக்கும் வித்தியாசம் இருக்கிறது. அதை ஏன் மறந்துவிடுகிறாய் தாரா?

தாரா: என்ன வித்தியாசம்?

ஜஹனாரா: (லேசான புன்னகையுடன்) மதம் பற்றிய தம்முடைய கொள்கைகளை அக்பர் சொன்னபோது, அவர் சக்கரவர்த்தி. நீ பட்டம் ஏறுவதற்கு முன்பே அக்பராக இருக்க முயல்வதுதான் உன் துர்ப்பாக்கியம்.

(ஷாஜஹான் எழுந்து வெட்டவெளியைப் பார்த்துக்கொண்டு நிற்கிறான்)

தாரா: மக்கள் என்மீது உயிரை வைத்திருக்கிறார்கள். இங்கு ஆக்ராவில் வீதிவழியே செல்லும்போது, தில்லியில் யானைமீது ஏறிப் பவனி வரும்போது, எவ்வளவு மலர் மாலைகள், வாழ்த்தொலிகள்! மக்களிடம் நான் நம்பிக்கை வைத்திருக்கிறேன். அவர்கள் என்னை ஏமாற்ற மாட்டார்கள்!

ஜஹனாரா: மக்களுக்காகச் செயல்படுகிறோம் என்று சொல்லிக்கொண்டு மேல்மட்டத்தில் இருப்பவர்கள் பலப் பரீட்சை நடத்தும்போது, மக்கள் குரலுக்கு வலிமை இருக்கப் போகிறது என்றா நீ நினைக்கிறாய்?

(ஷாஜஹான் இதுவரை அவர்கள் பேச்சில் கலந்து கொள்ளாமல், சிந்தனையில் ஆழ்ந்திருக்கிறான். தாராவும் ஜஹனாராவும் தாங்கள் பேசுவதை அவர் கேட்க வேண்டு மென்ற சிரத்தையோடு பேசுகிறார்கள். ஷாஜஹான் ஏதோ முணுமுணுக்கிறான். தாரா திரும்பிப் பார்க்கிறான். ஜஹனாரா தந்தையின் அருகில் சென்று நிற்கிறாள்.)

தாரா: (ஜஹனாராவிடம்) என்ன சொல்கிறார்?

ஜஹனாரா: என்ன சொல்லுகிறீர்கள்?

ஷாஜஹான்: அதோ பாருங்கள்... (அவன் பார்வை வெட்ட வெளியில் ஆழ்ந்திருக்கிறது)

தாரா: (அவர் சுட்டிய திசையில் பார்க்கிறான்) அங்கே என்ன நடக்கிறது?

ஷாஜஹான்: அதோ... (அவன் கனவு காண்கிறான்) சூரியனுடைய அஸ்தமன ஒளியில் நன்றாகக் குளித்துவிட்டு தாஜ்மஹல், இப்பொழுதுதான் பூத்த ஒரு புதுமலர்போல் காட்சி யளிக்கிறது. உங்களுக்குத் தெரியவில்லையா? அங்கே பார், அம்மலரினின்றும் மும்தாஜ் எட்டிப் பார்த்துப் புன்னகை செய்கிறாள்... சூரியனுடைய சிவப்பு உன் முகத்துக்கு எப்படி வந்தது, மும்தாஜ்? – உனக்கு ஏன் இவ்வளவு வெட்கம்?

(தாராவும் ஜஹனாராவும் ஒருவரையொருவர் பார்த்துக் கொள்கின்றனர். சில வினாடிகள் மௌனம்.)

ஷாஜஹான்: உறைந்துபோன பால்போல் தாஜ்மஹல் எவ்வளவு வெள்ளையாக இருக்கிறது? மும்தாஜ்! நீ இந்தக் கரையில், இந்த வெள்ளை மலரில் இருந்து கொண்டிரு; நான் அந்தப் பக்கம் அக்கரையில் ஒரு கருமலருக்குக் குடிவருகிறேன். ஆம். ஒரு கருஞ்சலவைக்கல் மஹல்! அதுதான் என் ஓய்விடமாக இருக்கப் போகிறது. இந்தக் கரையிலிருந்து நீ என்னைப் பார்! அந்தக் கரையிலிருந்து நான் உன்னைப் பார்க்கிறேன். இப்படி இருவரும் ஒருவரையொருவர் காலங்காலமாகப் பார்த்துக்கொண்டிருப்போம்.

தாரா: (ஆச்சரியத்துடன்) கருஞ்சலவைக்கல் மஹலா?

ஷாஜஹான்: ஆம். கட்டப் போகிறேன். மும்தாஜ் கனவிலே பூத்தது வெள்ளை மலர். என் கனவிலே... கருமலர். தாஜ்மஹலின் நிழலுக்குக் கல்லிலே வடிவம்!

ஜஹனாரா: இன்னொரு மஹல்! (முணுமுணுக்கிறாள்.)

ஷாஜஹான்: ஆம். இன்னொரு மஹல். ஹிந்துஸ்தான் முழுவதும் மஹல்கள். பூந்தோட்டங்கள். சாவை ஏன் வெறுக்க வேண்டும், இந்த மாதிரிச் சமாதிகள் கட்ட முடிந்தால்! இயற்கை, மனிதனைப் பார்த்து, 'என்னைக் கவிதையாக்கு' என்று கேட்டுக்கொண்டே இருக்கிறது. அதோ பார்! கல்லிலே எழுதிய வெண்பா, தாஜ்மஹல்! இன்னொரு கவிதை, இன்னொரு கவிதை.

ஜஹனாரா: இந்தக் கவிதையின் விலையைப் பற்றி யோசித்தீர்களா, சக்கரவர்த்தி?

ஷாஜஹான்: பெண்களுக்கும் வியாபாரிகளுக்கும் எப்பொழுதும் விலையைப் பற்றித்தான் கவலை. அழகுக்கு விலை உண்டு என்று எனக்குத் தெரியாது!

ஜஹனாரா: மக்கள் இத்தனை விலை கொடுத்து உங்கள் கனவை வாங்க வேண்டுமென்பது அவசியந்தானா?

ஷாஜஹான்: மக்களைப் பற்றி எனக்குக் கவலையில்லை. என் கனவு எனக்குச் சொந்தம். இதிலே யாரும் குறுக்கிட முடியாது.

ஜஹனாரா: கோடிக்கணக்கில் செலவழித்துச் சமாதி கட்ட வேண்டுமென்றால், மக்களிடமிருந்து பணம் வராமல் வேறு

எங்கிருந்து வரும்? சாகக் கூடாது என்கிற பிடிவாதம் மனித இயல்புதான், ஒப்புக் கொள்கிறேன். ஆனால் சரித்திரம் நம்மை மறந்துவிடக் கூடாது என்கிற ஆத்திரத்துக்காகச் சொல்லப் போனால் – ஒரு தனி மனிதனுடைய அகங்காரத்துக்காக மக்கள் சௌகரியத்தைப் பலி கொடுப்பது, நியாயந்தானா சக்கரவர்த்தி?

ஷாஜஹான்: தனிப்பட்டவர்களுடைய கனவுகள்தான் மனித நாகரிகத் தொடர்ச்சிக்குக் காரணங்களாகின்றன. முந்நூறு ஆண்டுகள் கழித்து இரண்டு மஹல்களையும் பார்க்கப் போகின்றவர்கள், பஞ்சத்தினால் இப்பொழுது எவ்வளவு பேர் செத்தார்கள் என்பதைப் பற்றிக் கவலைப்படப் போவதில்லை. கல்லிலே ஷாஜஹான் இரண்டு கவிதைகள் எழுதினான் என்பதுதான் அவர்கள் மனதில் நிற்கப் போகிற செய்தி. அதோ கூட்டங்கூட்டமாக எவ்வளவு பேர் இம்மஹல்களைப் பார்க்க வருகிறார்கள் என்பதை என்னால் இப்பொழுதே காண முடிகிறது!

ஜஹனாரா: வருங்காலத்தில் யாரோ அனுபவிக்கப்போகிறார்கள் என்பதற்காக, இப்பொழுது, இந்தக் காலத்து மக்களைத் தியாகம் செய்யுங்கள் என்று கேட்பது என்ன அரசியல் தர்மம்? அடுத்தப் பிறவியில் சொர்க்கத்தை அனுபவிக்க, இந்தப் பிறவியை நரகமாக்கிக்கொள்ள வேண்டுமென்று கூறும் ஹிந்துக்களின் தத்துவத்துக்கும் இதற்கும் என்ன வித்தியாசம்? மேலும்...

தாரா: *(குறுக்கிட்டு)* இந்தப் பிறவியை நரகமாக ஆக்கிக்கொள்ள வேண்டுமென்று ஹிந்து மதத் தத்துவம் எங்கும் கூறவில்லை

சகோதரி. இந்தப் பிறவியிலேயே ஒருவன் தன் ஆற்றலின் எல்லையை உணர வேண்டுமென்றுதான் ஹிந்து மதம் கூறுகிறது. நம்முள் இருக்கும் கடவுளை உணர்வதுதான் ஆற்றலின் எல்லை.

ஜஹனாரா: *(சற்றுச் சலிப்புடன்)* உன் தத்துவ ஆராய்ச்சி கிடக்கட்டும். ஷா–இன்–ஷாவின் திட்டத்தைப் பற்றி நீ என்ன நினைக்கிறாய்?

தாரா: வாழ்க்கையின் எல்லைக்கோட்டில் இருந்துகொண்டு கனவு காண்கிறார் ஷா–இன்–ஷா. நிகழ்காலச் சௌகரிய, அசௌகரியச் சட்ட விதிகளை வைத்துக்கொண்டு, அவர் கனவைக் கலைக்குமளவுக்கு என் ரஸனை கெட்டுப் போய்விடவில்லை.

ஷாஜஹான்: *(அவன் தோளைப் பற்றித் திடீரென்று உணர்ச்சி யுடன்)* தாரா... நீதான் என் கனவை நிறைவேற்ற வேண்டும். நீதான் என் உண்மையான வாரிசு.

ஜஹனாரா: ஔரங்கசீப் ஏற்கெனவே சக்கரவர்த்தியை 'ஊதாரி' என்று தூற்றிவருகிறான். இப்பொழுது மறுபடியும் கோடிக்கணக்கில் பணம் செலவழியப்போகிறது என்று அறிந்தால், இதுவே அவன் பிரசாரத்துக்கு வலிமையைத் தேடித் தரப்போகிறது. தாரா, நீ வாழ்க்கையின் எல்லைக்கோட்டில் இல்லை. பட்டம் ஏறப்போகிறவன். யதார்த்தத்தை நோக்குவதற்கான நடைமுறை அறிவு உனக்கு வேண்டும்.

தாரா: மக்களின் ஆதரவு எனக்கிருக்கும்போது ஔரங்கசீப்பால் என்ன செய்ய முடியும்?

ஷாஜஹான்: (உணர்ச்சியுடன்) ஔரங்கசீப்! அவனை நான் ஏன் வெறுக்கிறேன் தெரியுமா? அழகை வெறுப்பதை அவன் ஒரு மதமாகக்கொண்டிருக்கிறான். அழகுணர்ச்சியே இல்லாத ஜடம். இல்லாவிட்டால், இசைக்கு எதிரியாக இருப்பானா? இசையை அனுபவிக்கத் தெரியாதவன், உலகத்தில் எதற்காக உயிரோடு இருக்க வேண்டும்? நான் சிறு வயதில் தான்சேன் பாட்டைக் கேட்டிருக்கிறேன். என் செவிக்கும் இதயத்துக்கும் அப்பொழுது ஏற்பட்ட இப்பேறுதான் என் வாழ்க்கையை உருவாக்கியது. தான்சேனின் இசை இன்னும் என் உள்ளத்தில் நிறைந்திருக் கிறது. தாஜ்மஹல்லைக் கட்டியிருப்பதும் இதே இசைதான். ஊனையும் உள்ளத்தையும் உருக்கி வாழ்க்கையை அர்த்தமுள்ளதாக்கும் உன்னத இசை! உலகமே இசை மயம், அழகுமயம்! என்னை மனிதனாகப் படைத்து, அழகை ரசிக்க – கண்ணையும் காதையும் உடம்பையும் கொடுத்த அல்லாவே – உனக்கு என்னால் என்ன கைம்மாறு செய்ய முடியும்?

(கண்களை மூடிக்கொள்கிறான்.)

தாரா: (ஜஹனாராவிடம்) இவர் கனவை நிறைவேற்றுவதுதான் நான் இவருக்குச் செய்யும் கைம்மாறாக இருக்க முடியும்.

ஷாஜஹான்: அல்லாவின் மீது ஆணையாகச் சொல். இக்கனவை நிறைவேற்றி வைப்பாயா?

தாரா: அல்லாவின் மீது ஆணையாகச் சொல்லுகிறேன், இதை நிறைவேற்றி வைப்பேன். நீங்கள் உயிரோடு இருக்கும்போதே கருஞ்சலவைக்கல் மஹலைக் கண்டுகளிக்கப்போகிறீர்கள்.

ஷாஜஹான்: *(முகத்தில் பிரகாசம்)* மும்தாஜ்! உன்னையும் என்னையும் போல் உலகில் அற்புதத் தம்பதிகள் இருந்ததே இல்லை என்று சரித்திரம் சொல்லட்டும். என்னை உள்ளே அழைத்துச்செல்லுங்கள். தூங்கப்போகிறேன். கனவில் மும்தாஜ் வருவாள். கருஞ்சலவைக்கல் மஹல் கட்ட எப்படித் திட்டமிட்டிருக்கிறேன் என்று... *(உணர்ச்சியுடன்)* மும்தாஜ்... உன்னிடம் சொல்ல வேண்டாமா?

(ஷாஜஹான் உள்ளே செல்கிறான். தாராவும் ஜஹனாரா வும் அவன் போவதைப் பார்த்துக்கொண்டே, சிறிது நேரத்துக்குப் பிறகு உள்ளே போகிறார்கள்.)

(ஓரிரு வினாடிகள் இருள்)

(ஒளி வரும்போது 'மௌல்வி' ஒருவர் வேகமாக இடப் பக்கத்துப் படிக்கட்டு வழியாக இறங்கி வருகிறார். மேடைக்கு முன்னால் ஒரு போர் வீரன் அவரைப் பார்த்து வணக்கம் செய்கிறான்.)

மௌல்வி: நான் இளவரசன் தாராவை உடனே பார்க்க வேண்டும்.

(வீரன் பணிந்துவிட்டு வலப்புறமாக உள்ளே செல்கிறான். சில வினாடிக்குப் பிறகு தாரா வருகிறான், வணங்குகிறான்.)

தாரா: என்ன முக்கியமான விஷயம். இந்நேரத்தில் பார்க்க வந்திருக்கிறீர்கள்?

மௌல்வி: 'இமாம்' உங்கள்மீது கோபமாக இருக்கிறார். இதைச் சொல்லலாமென வந்தேன்.

தாரா: ஏன்?

மௌல்வி: நீங்கள் நாலைந்து நாள்களுக்கு முன்பு முகம்மது ரஷித்திடம் என்ன சொன்னீர்கள்?

(தாரா யோசிக்கிறான்)

தாரா: *(சில வினாடிகளுக்குப் பிறகு)* எதைப் பற்றி?

மௌல்வி: நீங்கள்தான் கடவுள் என்று சொன்னீர்களா?

(தாரா சிரிக்கிறான்)

(சிறிது எரிச்சலுடன்) இது வேடிக்கைக்குரிய விஷயம் அல்ல... இளவரசே. ஆனால்...

தாரா: நாம் அனைவரும் கடவுளின் அடிமைகள் என்று சொல்வதற்கும், நான்தான் கடவுள் என்று சொல்வதற்கும் வித்தியாசம் இருக்கிறது என்பதை ஒப்புக்கொள்கிறீர்களா மௌல்வி சா(ஹ)ப்?

மௌல்வி: அதுதான் நானும் சொல்லுகிறேன்.

தாரா: 'அஹம் பிரும்மாஸ்மி, தத்வமஸி' என்று கேள்விப்பட்டிருக்கிறீர்களா மௌல்வி சா(ஹ)ப்?

மௌல்வி: *(இடைமறித்து)* காஃபிர்கள் உங்களை மிகவும் கெடுத்து விட்டார்கள் இளவரசே.

தாரா: யாரும் யாரையும் சுலபமாகக் கெடுத்துவிட முடியாது. ஒருவனுக்கு நன்மையும் தீமையும் பிறர் அளிக்க வருவதில்லை. நான் சொல்வது முழுவதையும் கேளுங்கள். *கடவுளின் அடிமை நான் என்று சொல்வதைக் காட்டிலும் கடவுள் நானாக இருக்கிறார் என்று சொல்வதுதான் நேர்மையான தத்துவம்.*

ஔரங்கசீப்

மௌல்வி: நம் மதம் இப்படியா சொல்கிறது? எவ்வளவு செருக்கு இருந்தால் ஒரு மனிதன் தன்னைக் கடவுள் என்று சொல்லிக்கொள்வான்.

தாரா: 'கடவுளின் அடிமை நான்' என்று சொல்லும்போது, கடவுளுக்கு ஒரு தனி இருக்கையும் மனிதனுக்கு ஒரு தனி இருக்கையும் தனித்தனியாகத் தருவதுதான் செருக்கு. 'கடவுள் நான்' என்று சொல்லும்போது, கடவுளின்றி மனிதனுக்கு இருக்கை கிடையாது என்பதுதான் அர்த்தம். இதுதான் உண்மையான அடக்கம்.

மௌல்வி: இது தர்க்கம். இறைவன் விஷயத்தில் வெறும் தர்க்கத்தை மட்டும் பயன்படுத்துவது ஹிந்துக்கள்...

தாரா: (சிரித்துக்கொண்டே) ஜலாலுதீன் – ரூமியினுடைய திருவாசகம் இது. ஹிந்துக்களுடைய வார்த்தைகளல்ல.

மௌல்வி: ஸூஃபிகளுக்கும் காஃபிர்களுக்கும் வித்தியாசம் கிடையாது.

தாரா: (கேலியாக) ஓ! இதைச் சொல்லத்தானா இவ்வளவு அவசரமாக வந்தீர்கள்?

மௌல்வி: இளவரசே! உங்கள் மதக்கொள்கையை என்னால் ஏற்றுக்கொள்ள முடியாவிட்டாலும் உங்களிடம் எனக்கிருக்கும் பாசத்தின் காரணமாக உங்களை எச்சரிக்கை செய்ய வந்தேன்.

தாரா: எச்சரிக்கையா... எதற்காக?

மௌல்வி: உங்கள் பேச்சினால், செய்கையினால் கொதிப்படைந் திருக்கும் நம் மதத் தலைவர்கள், ஔரங்கசீப்புக்குச் சில

அந்தரங்கமான செய்திகள் அனுப்பி இருக்கிறார்கள். உங்களுக்கு எதிராக ஒரு சதி உருவாகிக் கொண்டு வருவது போல் எனக்குத் தோன்றுகிறது. இதனால் உங்களுக்கும் சக்கரவர்த்திக்கும் ஆபத்து ஏற்படுமோ என்பதுதான் என் அச்சம். நீங்கள் பட்டம் ஏறும்வரை எதைப் பற்றியும் பேசாமல் இருப்பது நல்லது என்று எனக்குத் தோன்றுகிறது.

தாரா: மதத் தலைவர்களையும் ஔரங்கசீப்பையும் எப்படிச் சமாளிக்க வேண்டுமென்று எனக்குத் தெரியும்.

மௌல்வி: தத்துவம் தெரிந்த அளவுக்கு உங்களுக்கு அரசியல் தெரியவில்லை என்பதே என் கருத்து.

தாரா: தத்துவம் வேறு... அரசியல் வேறு என்று நான் நினைக்க வில்லை.

மௌல்வி: அதிகாரம்தான் எல்லா அரசியலுக்கும் அடிப் படைத் தத்துவம். இதை நீங்கள் புரிந்துகொள்ள வேண்டும் என்பதே என் விருப்பம்.

(தாரா சிறிது நேரம் யோசனையில் ஆழ்கிறான். அவனுக்கு ஜஹனாரா சொன்னது நினைவுக்கு வருகிறது.)

ஜஹனாரா (குரல்): 'மதம் பற்றிய தம்முடைய கொள்கைகளை அக்பர் சொன்னபோது அவர் சக்கரவர்த்தி... நீ பட்டம் ஏறுவதற்கு முன்பே அக்பராக இருக்க முயல்வதுதான் உன் துர்ப்பாக்யம்.'

தாரா (குரல்): ஆம். அதிகாரம் இருந்தால்தான் எந்தக் கொள்கைக் கும் அந்தஸ்து ஏற்படுகிறது; உண்மைதான். சமயத்துக்கும் அரசியலுக்கும் உள்ள பிணைப்பு இப்பொழுது புரிகிறது. அதிகாரம் இருந்தால்தான் கொள்கை அரியாசனம் ஏறும்.

(சில வினாடிகள் மௌனம்)

தாங்கள் சொல்வது உண்மைதான்! அதிகாரத்தைக் கைப்பற்ற ஔரங்கசீப் எது வேண்டுமானாலும் செய்வான். சக்கரவர்த்தியின் புதிய திட்டத்தை அவன் தன் பிரசாரத்துக்காக எப்படிப் பயன்படுத்திக்கொள்ளப் போகிறானோ! அல்லாதான் இந்நாட்டைக் காப்பாற்ற வேண்டும்!

மௌல்வி: *(ஆச்சரியத்துடன்)* புதிய திட்டமா?

தாரா: ஆமாம் ஷா–இன்–ஷா தாஜ்மஹலைப் போல் இன்னொரு சமாதி கட்டப்போகிறார். கருஞ்சலவைக்கல் சமாதி. இப்பொழுது கட்டப்போவது அவருக்காக. யமுனையின் இரு கரைகளிலும் இருந்தவாறு கணவனும் மனைவியும் ஒருவரையொருவர் காலங்காலமாகப் பார்த்துக்கொண்டிருக்கப்போகிறார்கள்.

மௌல்வி: கோடிக்கணக்கில் மறுபடியும் செலவா! இளவரசே, நீங்கள் இதைத் தடுக்காவிட்டால் ஔரங்கசீப்பின் வேலை சுலபமாகிவிடும்.

தாரா: ஷா–இன்–ஷா பிடிவாதமாகக் கனவு கண்டு கொண்டிருக்கிறார். அக்கனவை முரட்டுத்தனமாகக் கலைக்கும் அளவுக்கு என் ரசனை கெட்டுப் போய்விட வில்லை. *(சில வினாடி மௌனத்துக்குப் பிறகு திடீரென்று கோபமாக)* ஔரங்கசீப்பை என்னால் சமாளிக்க முடியும். அவன் எவ்வளவு பெரிய சைன்யத்துடன் வந்தாலும் சரி, அதைப்பற்றி நான் கவலைப்படவில்லை. கலீலுல்லா கான், திலீர் கான், அஸ்கர் கான், சத்ரசால், ஜஸ்வந்த் சிங், குமார்

ராம் சிங் ஆகிய இவ்வளவு பெரிய போர் வீரர்கள் என் பக்கம்...

மௌல்வி: *(இடைமறித்து)* நீங்கள் நம்பிக்கை வைத்திருக்கும் உங்கள் நண்பர்கள் உங்களுக்கு உதவி செய்ய வேண்டுமென்று நான் அல்லாவை வேண்டிக்கொள்கிறேன். நான் போய்வருகிறேன் இளவரசே! *(அவர் திரும்பிப் போக முற்படுகிறார்.)*

தாரா: உங்களுக்குச் சந்தேகமாக இருக்கிறதா?

மௌல்வி: என்னைப் பதில் சொல்லும்படி கட்டாயப்படுத்தாதீர்கள். எல்லாம் அல்லாவின் திருவுள்ளப்படிதான் நடக்கும்... அதை யாராலும் தடுக்க முடியாது. இதைப்பற்றி எனக்குச் சந்தேகமே கிடையாது.

(அவர் போகிறார். தாரா அவர் போவதைச் சிறிது நேரம் பார்த்துக்கொண்டே நிற்கிறான். ஒலி குறைகிறது)

தாரா (குரல்): ஔரங்கசீப்பை என்னால் சமாளிக்க முடியாதா? ஷூஜாவையும் மூரத்தையும் அவன் தன்பக்கம் சேர்த்துக் கொண்டுவிட்டான். சந்தேகமில்லை – அவர்கள் இருவரும் முட்டாள்கள். தங்களைத் தூண்டிவிட்டுப் பலனை அவன் அனுபவிக்கப்போகிறான் என்று அவர்களுக்கு ஏன் புரியவில்லை? ஔரங்கசீப்பை முளையிலேயே கிள்ளி எறிய வேண்டும். பதினேழு வயதிலேயே போருக்குச் சென்று அவன் சாகசங்கள் புரிந்திருக்கலாம். ஆனால் ஒரு பெரிய சாம்ராஜ்ய படைக்கு முன்னால், அவனுடைய தனிப்பட்ட சாகசம் ஒன்றும் செய்ய முடியாது. *(சில வினாடிகள் மௌனம்)* அவன் பட்டத்துக்கு வரக் கூடாது; நிச்சயமாக

வரக் கூடாது. வந்தானானால் நான் காணும் இனிய கனவுகள் பொய்த்து விடும். சமயச் சார்பற்ற ஆட்சி ஹிந்துஸ்தானில் உருவாவது என்பது ஔரங்கசீப்பின் அழிவில்தான் இருக்க முடியும். விதி இதற்காகத்தான் என்னைத் தேர்ந்தெடுத்திருக்கிறது. (சற்று பலஹீனமாக) ஆனால், ஆனால்... அவ்வளவு பலம் எனக்கிருக்கிறதா? *(கண்களை மூடிக்கொள்கிறான்)*

(சிறிது நேரம் அப்படியே நின்றுவிட்டு உள்ளே செல்கிறான். ஒரு விநாடி இருள். சில விநாடிகள் அரங்கம் அமைதியில் ஆழ்ந்திருக்கிறது. ஷாஜஹான் உள்ளே வருகிறான். மெதுவாக வந்து மேடையின் விளிம்பருகே வந்து நிற்கிறான். யோசனையில் ஆழ்ந்திருக்கிறான்; உலவுகிறான். சில விநாடிகளுக்குப் பிறகு ஜஹனாரா வருகிறாள். அரியாசனத்து அருகே நின்று கொண்டு தந்தையைப் பார்க்கிறாள். உலவிக்கொண்டிருந்தவன் திடீரென்று திரும்பி ஜஹனாராவைப் பார்க்கிறான்.)

ஷாஜஹான்: தாராவால் ஔரங்கசீப்பைச் சமாளிக்க முடியும் என்று நீ நினைக்கிறாயா?

ஜஹனாரா: ஔரங்கசீப் பெரிய போர் வீரன் மட்டுமல்ல, பெரிய தந்திரக்காரன். தாராவின் போர்த் திறமையைப்பற்றி எனக்குச் சந்தேகமில்லை, ஆனால்...

ஷாஜஹான்: போர் ஏற்பட்டுத்தான் தீருமா? போர் வராமல் தடுக்க முடியாதா?

ஜஹனாரா: மூரத்தும் ஔரங்கசீப்பும் சேர்ந்து போருக்கு ஆயத்தம் செய்வதை அறிகிறேன்.

ஷாஜஹான்: ஔரங்கசீப் தட்சிணத்தை ஆளட்டும். ஷுஜாவுக்கும் மூரத்துக்கும் அவரவர்கள் இருக்கும் இடங்களையே அவர்களுக்குக் கொடுத்துவிட்டால் போகிறது.

ஜஹனாரா: (திடுக்கிட்டு) ஹிந்துஸ்தானை இப்படித்துண்டாக்குவது நல்லது என்று நினைக்கிறீர்களா சக்கரவர்த்தி?

ஷாஜஹான்: போர் வராமல் தடுக்க வேண்டுமென்றால் இப்படித் தான் செய்ய வேண்டும். தாராவுக்கு ஆக்ரா கிடைக்க வேண்டுமென்றால் இவ்வாறு செய்வதைத் தவிர வேறு வழியில்லை. தாரா ஆக்ராவில் இருந்தால்தான் என் கனவு நிறைவேறும்.

ஜஹனாரா: உங்கள் கனவு நிறைவேற வேண்டுமென்ற உங்களுடைய பிடிவாதத்துக்காக இப்படிச் செய்வது தாராவுக்கோ ஹிந்துஸ்தானுக்கோ செய்யும் நியாயமல்ல என்பதை நீங்கள் யோசிக்கவில்லையா சக்கரவர்த்தி?

ஷாஜஹான்: எனக்கு எதைப் பற்றியும் கவலையில்லை . என் கனவு நிறைவேற வேண்டும். தாரா என் வாரிசாக ஆக்ராவில் இருந்தால்தான் இது சாத்தியம்.

ஜஹனாரா: ஷுஜா, மூரத், ஔரங்கசீப் ஆகிய மூவரும் சேர்ந்துகொண்டு ஆக்ராவைத் தாக்க வர மாட்டார்கள் என்பது என்ன நிச்சயம்?

ஷாஜஹான்: அவர்கள் அந்தந்த இடங்களுக்கு அரசர்களாக முடிசூட்டிக்கொண்டால் எதற்காக ஆக்ராவைத் தாக்க வரவேண்டும்?

ஜஹனாரா: கருஞ்சலவைக்கல் மஹல், தாஜ்மஹலைப் போல் உருவாக வேண்டுமென்றால் கோடிக்கணக்கில் பணம் வேண்டும். நாட்டை இப்படித்துண்டாடிவிட்டீர்களானால் பணம் எங்கிருந்து வரும் என்பதைச் சிந்தித்துப் பார்க்க வேண்டாமா சக்கரவர்த்தி?

ஷாஜஹான்: மக்களிடமிருந்து இன்னும் அதிகமான அளவுக்கு வரி வசூலிப்பதில் தவறு என்ன இருக்கிறது? இப்பொழுது இவர்கள் செய்யப்போகின்ற தியாகத்தை ஹிந்துஸ்தானின் வருங்காலச் சந்ததிகள் நிச்சயமாக வாழ்த்திக்கொண்டே இருக்கப்போகிறார்கள். இனிமேல் அரசியலைப் பற்றி என்னிடம் பேசாதே.

(அவன் எழுகிறான். தாஜ்மஹல் நிலவொளியைப் பார்க்கிறான். சில விநாடிகள் மௌனம்.)

அதோ மும்தாஜ் சந்திர ஒளியில் நீராடிக்கொண்டிருக்கிறாள் (இசை) பால்வெள்ளையாக இருக்கும் அவள் உடம்பில் சந்திரன் செய்யும் குறும்பைப் பார்... அலையலையாகக் கூந்தல் புரள மும்தாஜ் தலையைச் சாய்த்துக் கவிதை பொழியும் பார்வையில் என்னிடம் முறையிடுகிறாள். அழகான பெண்களென்றால் சந்திரனே, உனக்கு ஏன் இவ்வளவு கொண்டாட்டம்? கருஞ்சலவைக்கல் கவிதை பிறக்கும்போது, அக்கவிதையின் சோக இசையின் சுருதி யால் நான் இழையும்பொழுது, சந்திரனே நீ தொடர்ந்து மும்தாஜுடன் விளையாட முடியாது. உன்னுடன் விளையாட அவளுக்கு நேரமிருக்காது. உலகமே அழகுமயம். உலகமே சோக மயம். அழகும் சோகமும் ஏன் அடிப்படை யில் ஒன்றாக இருக்கின்றன?

(உணர்ச்சிமயமாகி ஷாஜஹான் ஜஹனாராவைச் சிம்மாசனத்தில் உட்காரவைத்துவிட்டு அவள் மடியில் படுத்துக் கொள்கிறான். கண்களை மூடுகின்றான். அவள் அவனைத் தடவுகிறாள். தாய், குழந்தையைத் தடவிக்கொடுப்பது போல் இருக்கிறது அந்தப் பாவனை.

(இசை)

ரோஷனாரா வலப்புறமாக வருகிறாள். சிறிது நேரம் இக்காட்சியைப் பார்க்கிறாள். தாடை இறுகுகிறது.)

ரோஷனாரா: (கேலியாக) அப்புறம் உனக்கு ஒரு சமாதி. தாராவுக்கு ஒரு சமாதி. ஹிந்துஸ்தானை அழகுமயமாக்க இவ்வளவு சுலபமான வழிகள் இருக்கின்றன என்று எனக்குத் தெரியாது.

(ஜஹனாரா பதில் கூறவில்லை. ஷாஜஹான் தலையைக் கோதிக்கொண்டே உட்கார்ந்திருக்கிறாள்.)

(கேலியாக) ஔரங்கசீப்புக்கு அழகை உபாசிக்கத் தெரியவில்லை. மடையன். தினம்தினம் திருக்குரான் ஓதுகிறான். ஐந்து தடவை நமாஸ் செய்கிறான். மது அருந்துவதில்லை. மங்கையைப் பார்ப்பதில்லை. ஆடம்பரத்தை வெறுக்கிறான். அணிகலன்கள் பூணுவதைத் தவிர்த்துவிட்டான். முட்டாள். நபிநாயகத்தின் பக்தனாக இருக்கிறான். அழகை ரசிக்கத் தெரியாத அப்பாவி.

ஜஹனாரா: (புன்னகையுடன்) நீ என்ன சொல்ல விரும்புகிறாய், ரோஷனாரா?

ரோஷனாரா: சொல்லிக்கொண்டிருக்கிறேன் தெரியவில்லையா?

ஜஹனாரா: (புன்னகையுடன்) இந்த வார்த்தைகளுக்கப்பால் ஏதோ சொல்ல விரும்புகிறாய்.

ரோஷனாரா: *தந்தை, மகன், மகள் ஆகிய உங்கள் மூவரிடையே நிலவும் பாசம் என்னை மெய்சிலிர்க்கச் செய்கிறது சகோதரி.*

ஜஹனாரா: *நீயும் இவருடைய மகள்தான் அதை ஏன் மறந்து விடுகிறாய்?*

ரோஷனாரா: *(சிறிது கோபத்துடன்) நான் மறக்கவில்லை. அவர் மறந்துவிட்டார். அவருக்கு இன்னும் மூன்று பிள்ளைகள் இருக்கிறார்கள் என்பதையும் மறந்துவிட்டார். (சிறிது அழுத்தமான கீழ்க்குரலில்) அவர் அப்படி மறப்பதற்குக் காரணம் நீயும் உன் அருமைச் சகோதரன் தாராவும்தான்.*

ஜஹனாரா: *(புன்னகையுடன்) நீ தினந்தோறும் இப்படி சொல்வதைக் கேட்டுக் கேட்டு அலுத்துவிட்டது ரோஷனாரா.*

ரோஷனாரா: *நான் சொல்லிக்கொண்டே இருப்பேன்; எனக்கு அலுக்கும்வரை. ஆனால், எனக்கு அலுக்காது. தாராவும் சக்கரவர்த்தியும் சேர்ந்துகொண்டு ஔரங்கசீப்பைப் படுத்தி வைத்த பாடு ஒன்றா இரண்டா?*

ஜஹனாரா: *(சற்று வியப்புடன்) என்ன சொல்கிறாய்?*

ரோஷனாரா: *(கேலியாக) ஆஹா... ஹா... தெரியவே தெரியாது! கண் இமை படபடக்க, என்ன தேவதை பாவனை வேண்டிக் கிடக்கிறது? தன் சொந்தத் தேவைக்குக்கூட அரசாங்கப் பணத்தைத் தொடாத ஔரங்கசீப்பை தாராவின் பேச்சைக் கேட்டு, ஷா-இன்-ஷா ஊதாரி என்று தூற்றவில்லையா? ஊர்தோறும் கோடிக்கணக்கில் பணத்தை விரயம் செய்து கட்டடம் கட்டும் தகப்பன், எளிமையிலே உருவான மகனைப் பார்த்து, 'பணத்தை ஏன் ஆடம்பரமாகச் செலவழிக்கிறாய்?' என்று கேட்பது வேடிக்கைதான். (சிரிக்கிறாள்)*

இந்திரா பார்த்தசாரதி

ஜஹனாரா: ஔரங்கசீப் தனக்காகச் செலவழித்துக்கொண்டான் என்று யாரும் குற்றம் சாட்டவில்லை. அரசியல் காரணங்களுக்காகப் பணத்தைச் செலவழித்துப் பக்க பலம் தேடிக்கொள்வதைத்தான் தாரா கண்டித்தான்.

ரோஷனாரா: பக்க பலம் தேடாமல், தாரா பட்டம் ஏறுவதைச் சும்மா பார்த்துக்கொண்டிருந்தானானால் அவன் உத்தம சகோதரன், அப்படித்தானே?

ஜஹனாரா: மூத்த மகன் பட்டம் ஏறுவதில் என்ன தவறு கண்டுவிட்டாய் ரோஷனாரா?

ரோஷனாரா: (கேலிப் புன்னகையுடன்) அவரைக் கேள்! (ஷாஜஹானைச் சுட்டிக் காட்டுகிறாள்) உனக்குத் தெரியாமல் இருக்கலாம். அவருக்குச் சரித்திரம் மறந்திருக்காது. அவர் அவருடைய தந்தையின் மூத்த மகனா என்று கேள்.

ஜஹனாரா: ஔரங்கசீப், தாராவை ஏன் இப்படி வெறுக்கிறான்?

ரோஷனாரா: ஷா–இன்–ஷா, ஔரங்கசீப்பை ஏன் இப்படி வெறுக்கிறார்? நீயும் தாராவும் இல்லாமல் இருந்திருந்தால், சக்கரவர்த்தி ஔரங்கசீப்பின் பாசத்தை ஒருவேளை புரிந்து கொண்டிருக்கலாம்.

(ஜஹனாரா சிரிக்கிறாள்)

எதற்காகச் சிரிக்கிறாய்?

ஜஹனாரா: ஔரங்கசீப், பாசம் என்ற இரண்டு ஒன்றுக்கொன்று முரண்பட்ட வார்த்தைகளை இணைத்துப் பேசினால் சிரிப்பு வராமல் என்ன செய்யும்?

ரோஷனாரா: பாசம் என்று சொல்லிக்கொண்டு இவருடைய (தந்தையைச் சுட்டிக்காட்டுகிறாள்) அகங்காரத்துக்குத் தீனி போட அவனுக்குத் தெரியாது.

(ஷாஜஹான் கோபத்துடன் எழுந்திருக்கிறான். ஜஹனாரா வும் அவர் எழுந்ததைக் கண்டு திடுக்கிட்டவள் போல் நிற்கிறாள்.)

ஷாஜஹான்: என்னுடைய அகங்காரத்துக்கு யார் தீனி போடுகிறார்கள்?

ரோஷனாரா: இவள் *(ஜஹனாராவைச் சுட்டிக்காட்டுகிறாள்)*, அப்புறம் தாரா, தாராவுக்கும் உங்களுக்கும் ஓர் உடன்பாடு. அகங்காரத்துக்குத் தீனி போடுதல் என்பதை நீங்கள் பரஸ்பரம் பரிமாறிக்கொள்கிறீர்கள். உங்கள் இரண்டு பேர்களுடைய செருக்கையும் இவள் வளர்க்கிறாள். இதனால் இவளுக்கு ஆதாயம். அந்தப்புரத்தில் சர்வாதிகாரியாய் இருக்கலாம் அல்லவா?

ஷாஜஹான்: *(கோபத்துடன்)* போதும் நிறுத்து!

ரோஷனாரா: உண்மை சுடும் சக்கரவர்த்தி. ஆனால் அதை எதிர்நோக்க ஒரு துணிவு வேண்டும். ஔரங்கசீப் தட்சிணத்தை ஆண்டுவருகின்றானே, உங்களைக் கேட்காமல் என்ன செய்திருக்கிறான் சொல்லுங்கள். ஆக்ராவைக் கேட்காமல் ஒன்றும் செய்யக் கூடாது என்று நீங்கள் கட்டளை பிறப்பித்தீர்களே, இதுவா ஒரு மகனைத் தந்தை நடத்தும் முறை? ஆக்ரா என்றால் நீங்கள், இவள், தாரா! தாராவை உங்கள் வாரிசாக நியமித்து இருக்கின்றீர்களே. உங்களுடைய மற்ற பிள்ளைகளுக்கு ஏன் செய்தி அனுப்ப வில்லை?

(ஷாஜஹான் கோபமாக உள்ளே சென்றுவிடுகிறான்.)

ஜஹனாரா: அவர் வேதனையைப் புரிந்துகொள்ளாமல் அவரை வதைப்பதில் உனக்கென்ன லாபம்?

ரோஷனாரா: வேதனை! நான் ஏன் அதைப்பற்றிக் கவலைப்பட வேண்டும்? அவர், உனக்கும் தாராவுக்கும்தான் தந்தையே தவிர, எனக்கல்ல; ஔரங்கசீப்புக்கல்ல. உன் அஜாக்கிரதையினால் உனக்குத் தீ விபத்து ஏற்பட்டபோது அரசாங்கக் காரியத்தைக்கூட கவனிக்காமல், அல்லும் பகலும் உன் அருகிலிருந்து பணிவிடை செய்தாரே நினைவிருக்கிறதா?

ஜஹனாரா: (புன்னகையுடன்) என்னுடைய அஜாக்கிரதை என்று சொல்ல முடியாது. (அவளைத் தொடுகிறாள்)

ரோஷனாரா: (கோபத்துடன் உதறிக்கொண்டு), சரி, நான்தான் உனக்குக் கொள்ளிவைத்தேன், போதுமா? ஆனால் எனக்கு அதே மாதிரி விபத்து ஏற்பட்டிருந்தால், அவர் என்ன செய்திருப்பார் என்று என்னால் நிச்சயம் சொல்ல முடியும். (புன்னகை)

ஜஹனாரா: என்ன செய்திருப்பார்?

ரோஷனாரா: (முன் பக்கம் வருகிறாள்) நான் இப்பொழுது உன்னுடன் விவாதித்துக்கொண்டிருக்க மாட்டேன். எனக்கு எத்தகைய சமாதியை அவர் எழுப்பியிருப்பார் என்பது ஒரு சுவாரசியமான கேள்வி. (புன்னகை) மகளுக்கு அருமையான சமாதி கட்டிய தந்தை என்ற புகழுடன் சரித்திரத்தில் புகுந்துகொள்ள வேண்டுமென்ற காரணத்துக் காகக் கருஞ்சலவைக்கல் சமாதியை ஒருவேளை எனக்காகக் கட்டியிருந்தாலும் கட்டியிருப்பார்.

ஜஹனாரா: கருஞ்சலவைக்கல் சமாதி அவருடைய அந்தரங்கக் கனவு; கிண்டல் செய்யாதே.

ரோஷனாரா: (அவளைத் திரும்பிப் பார்த்து) அவர் சக்கரவர்த்தி யாக இருக்கக்கூடிய காரணத்தினால், கனவு காணும் உரிமை அவர் ஒருவருக்கு மட்டுந்தான் உண்டா, மற்றவர் களுக்குக் கிடையாதா?

ஜஹனாரா: மற்றவர்களுக்குக் கிடையாது என்று யார் சொன்னார்கள்?

ரோஷனாரா: ஔரங்கசீப்புக்கும் கனவுகள் இருக்கின்றன தெரியுமா உனக்கு?

ஜஹனாரா: (ஆச்சரியத்துடன்) ஔரங்கசீப்புக்கா? அவன் நடைமுறையை உணர்ந்தவன். யதார்த்தவாதி என்றல்லவா நினைத்தேன்?

ரோஷனாரா: 'ஒரு நாடு, ஒரு மொழி, ஒரு மதம்' இதுதான் ஹிந்துஸ்தானைப்பற்றி அவன் காணும் கனவு. இதைச் செயலாக்குவதற்காக அவன் எது வேண்டுமானாலும் செய்யத் தயங்க மாட்டான். தத்துவம் இல்லாத அரசியல் தேவையில்லை என்பது அவன் கொள்கை.

ஜஹனாரா: ஔரங்கசீப்பை உனக்குப் பிடிக்கும் என்ற காரணத்தினால், உன்னுடைய கற்பனையில் விஸ்தரிப்பாக அவனைக் காண்கிறாய். அவனுக்குக் கொள்கையும் கிடையாது, ஒன்றும் கிடையாது. அவனுடைய ஒரு கொள்கை ஔரங்கசீப்தான்!

ரோஷனாரா: (கோபத்துடன்) அப்படியானால் இஸ்லாமிய மதத்தை ஹிந்துஸ்தானிலிருந்து ஒழித்துக்கட்ட வேண்டுமென்பதைத் தவிர தாராவுக்கு வேறு என்ன கொள்கை இருக்கிறது? அவனுக்கு நாட்டைப் பற்றிய பொறுப்புணர்ச்சி இருந்தால் ஷா–இன்–ஷாவின் அசட்டுக் கனவைக் கலைக்கத் தயாராக இருக்க வேண்டும். அவன் அவ்வாறு செய்ய மாட்டான். ஏன் தெரியுமா? சக்கரவர்த்தியின் கோபத்துக்கு ஆளாக வேண்டுமா என்ற பயம்.

ஜஹனாரா: இந்தக் கனவு ஒன்றுதான் அவர் இப்பொழுது வாழ்ந்து கொண்டிருப்பதற்கு வேண்டிய அர்த்தத்தைத் தருகிறது. அதையுமா நாம் தடுக்க வேண்டும்?

ரோஷனாரா: அது கனவாகவே இருக்கட்டும். அதை நிறைவேற்ற முயலக் கூடாது என்றுதான் சொல்லுகிறேன். ஆள்கின்றவர்கள் தாங்கள் காணும் கனவுகளையெல்லாம் எப்படியாவது செயல்படுத்த வேண்டுமென்று முயலும் போதுதான், ஆளப்படுகின்றவர்களின் அன்றாடத் தேவைகளும் கனவுகளாகின்றன. ஒரு தாஜ்மஹல் கட்டிய வரிச்சுமையினின்றும் மீள முடியாமல் மக்கள் தவிக்கும் போது இன்னொரு தாஜ்மஹலா? அரசர்கள் கனவு காண்பதற்கும் ஓர் உச்சவரம்பு வேண்டும்! ஔரங்கசீப் ஒருவனால்தான் இதைத் தடுக்க முடியும்.

ஜஹனாரா: ஷா–இன்–ஷா நான்கு பிள்ளைகளையும் அவரவர்கள் இருக்கக்கூடிய இடங்களில் சக்கரவர்த்தியாக முடிசூட்டிக் கொள்ளலாம் என்ற ஏற்பாட்டுக்குத் தயாராக இருக்கிறார். ஔரங்கசீப் இதை ஏன் தடுக்க வேண்டும்?

ரோஷனாரா: (திடுக்கிட்டு) நாட்டைத் துண்டாடுவதா? அது நடக்கவே நடக்காது. ஔரங்கசீப் இதற்குச் சம்மதிக்கவே மாட்டான்.

ஜஹனாரா: அப்படியானால், ஔரங்கசீப்பைத் தம் வாரிசாக நியமிக்க சக்கரவர்த்தி தயாராக இருந்தால், அவருடைய கனவை நினைவாக்க அவன் தயாராக இருப்பானா?

(ரோஷனாரா சிரிக்கிறாள்)

ஜஹனாரா: (எரிச்சலுடன்) எதற்காகச் சிரிக்கிறாய்?

ரோஷனாரா: (புன்னகையுடன்) தாரா, அவன் அருமைச் சகோதரியின் இந்த ஏற்பாட்டைக் கேட்க வேண்டும். சக்கரவர்த்தியின் கனவைச் செயலாக்க உனக்கு ஏனம்மா இவ்வளவு அக்கறை?

ஜஹனாரா: தாராவை இப்படித்தான் என்னால் காப்பாற்ற முடியுமென்று எனக்குத் தோன்றுகிறது. சக்கரவர்த்தி தம் கடைசிக் காலத்தில் மனநிம்மதியுடன் இருப்பதை நீ விரும்பவில்லையா?

ரோஷனாரா: ஊதாரித்தனமாகப் பணம் செலவழிப்பதை ஔரங்கசீப் நிச்சயமாக வரவேற்க மாட்டான். பட்டம் ஏறிய பிறகு அவன் பொறுப்பு இன்னும் அதிகமாகிறது என்பதை நீ ஏன் மறந்துவிட்டாய்?

ஜஹனாரா: உனக்கு ஏன் இவ்வளவு பிடிவாதம்? ஷா–இன்–ஷாவின் கனவு...

ரோஷனாரா: (குறுக்கிட்டு) ஷா–இன்–ஷாவின் உண்மையான எதிரி யார் தெரியுமா?

ஜஹனாரா: யார்? நீயா?

ரோஷனாரா: *(நிதானமான உறுதியுடன்)* அவருடைய கனவு!

(இதைச் சொல்லிவிட்டு, அவள் வேகமாக உள்ளே போய் விடுகிறாள். ஜஹனாரா அவள் போவதைப் பார்த்துக்கொண்டே சிறிது நேரம் அப்படியே நிற்கிறாள்.)

காட்சி–2

(திரை விலகும்போது ஜஹனாரா மேடையின் மீது உலவிக்கொண்டிருக்கிறாள். நிலைகொள்ளாத தோற்றம். சில விநாடிகள் கழிந்த பிறகு, இடப்புறத்திலிருந்து ஒரு வீரன் மிக வேகமாகப் படிக்கட்டு வழியாக இறங்கி வருகிறான். ஜஹனாராவை வணங்குகிறான். ரோஷனாரா வலப்புறமாக மிகவும் நிதானமாக வருகிறாள்.)

ஜஹனாரா: *(பதற்றத்துடன்)* ஏன் என்ன ஆயிற்று?

(அவன் பதில் சொல்லவில்லை. ரோஷனாரா மகிழ்ச்சியுடன் அவளருகே வருகிறாள்.)

ரோஷனாரா: ஏன் பயப்படுகிறாய்..? சொல். ஔரங்கசீப்புக்குத் தானே வெற்றி?

(அவன் ஆம் என்று தலையசைக்கிறான்)

ரோஷனாரா: *(கிண்டலாக)* பாவம். தாரா!

ஜஹனாரா: தாராவும் சரி, ஔரங்கசீப்பும் சரி, இருவருமே நம் சகோதரர்கள். இவர்களில் யார் வெற்றி தோல்வி

அடைந்தாலும் நமக்குச் சந்தோஷம், துக்கம் ஆகிய இரண்டும் ஏற்படுவது சகஜந்தானே சகோதரி?

ரோஷனாரா: 'தாராவும் சரி, ஔரங்கசீப்பும் சரி, இருவருமே நம் சகோதரர்கள்!' *(ஜஹனாராவின் குரலிலேயே சொல்கிறாள். பிறகு சற்று உரக்க)* என்ன அழகாகப் பேசுகிறாய்? ஔரங்கசீப்பை ஒழித்துக்கட்ட தாரா ஒரு பெரிய சைன்யத்தைக் கூட்டிக்கொண்டு போனானே அப்பொழுது ஏன் இந்தப் பரிவு தோன்றவில்லை? சகோதர பாசத்தைப் பற்றி தாராவிடம் ஒரு பிரசங்கம் செய்ய வேண்டாமென்று யார் உன்னைத் தடுத்தார்கள்? ஔரங்கசீப்பின் வெற்றி அவன்பால் உனக்கிருக்கும் வாஞ்சையைத் தூண்டிவிட்டது. அப்படித்தானே?'

ஜஹனாரா: நான் யாருடைய வெற்றி தோல்வியைப் பற்றியும் கவலைப்படவில்லை. அரசியல் ஆண்கள் சம்பந்தப்பட்ட விஷயம் என்பது என் அபிப்பிராயம்.

ரோஷனாரா: யார் வெற்றியடைந்தால் என்ன, தோல்வி அடைந்தால் என்ன, நீ ஏன் கவலைப்படப் போகிறாய்? அந்தப்புரத்தில் நீ சர்வாதிகாரியாக இருக்க வேண்டும். அது போதும் உனக்கு. *(சிரிக்கிறாள்)* போரில் ஔரங்கசீப் ஒருவேளை தோற்றிருந்தால், அரசியல் பேச உனக்குத் தெம்பு வந்திருக்கும். இப்பொழுது ஏன் பேசப்போகிறாய்? *(கோபத்தோடு).* தாராவின் ஆணவம் இன்றோடு ஒழிந்தது. அவன் கட்டிக்கொண்டு அழும் சந்நியாசிகளோடு ஏதாவது ஒரு மடத்தில் சரண் புகுவதுதான் அவனுடைய எதிர்காலம்.

ஜஹனாரா: *(போர் வீரனைப் பார்த்து)* தாராவுக்குப் போரில் காயம் ஒன்றும் ஏற்படவில்லையே?

இந்திரா பார்த்தசாரதி

வீரன்: உடம்பில் இல்லை இளவரசி.

ஜஹனாரா: அப்படியென்றால்?

வீரன்: அவர் யார் யார் தம்முடைய முக்கிய நண்பர்கள் என்று நினைத்தாரோ, அவர்கள் தங்களுடைய இன்னொரு சகோதரர் பக்கம் சேர்ந்துகொண்டுவிட்டார்கள். கலீலுல்லா கான் செய்த வஞ்சனையே அவருடைய தோல்விக்கு ஒரு முக்கிய காரணம்.

ரோஷனாரா: (வீரனருகே வருகிறாள்) ஔரங்கசீப் வெற்றி அடைந்து ஆக்ராவை நோக்கி வரும்போது, 'கலீலுல்லா கான் செய்த வஞ்சனை' என்று கூறுகின்றாயே முட்டாள்! தாரா வெற்றி அடைந்திருந்தால் கலீலுல்லா கான் செய்தது வஞ்சனை! ஔரங்கசீப் வெற்றி அடைந்திருக்கும்போது அது எப்படி வஞ்சனையாகும்? வெற்றிதான் எல்லாச் செயல்களையும் நியாயப்படுத்திக் காட்டும் என்ற அரசியல் ஆரம்பப் பாடம் கற்றுக்கொள். இனி நீ பிழைப்பதற்கு இதுதான் வழி!

(ஜஹனாரா போர் வீரனைப் போகும்படி சைகை செய்கிறாள். அவன் போகிறான்.)

ஜஹனாரா: (கோபத்துடன்) ராஜ்ஜிய குடும்ப விவகாரங்களை அவனையும் வைத்துக்கொண்டா பேச வேண்டும்?

ரோஷனாரா: ராஜ்ஜிய குடும்ப விவகாரங்கள் சாமுகர் போர்க்களம் வரையில் வரலாம். அவனை வைத்துக்கொண்டு பேசக் கூடாது. *(சிரிக்கிறாள்)* தைமூர் பரம்பரைப் பெருமையைப் பேணிக் காப்பதில் உனக்கு எவ்வளவு அக்கறை!

(ஷாஜஹான் வலப்புறமாகத் தள்ளாடிக்கொண்டே வருகிறான்; நிற்கிறான். சில விநாடிகள் பொருள் பொதிந்த கனத்த அமைதி.)

ஷாஜஹான்: *(உணர்ச்சியுடன் பொதுவாக)* என் மனத்தில் எழுந்த கருமலர் ஔரங்கசீப்பின் காலில் மிதிபட்டு சின்னாபின்னமாகிக் கிடப்பதைப் பார். தாரா தோற்று விட்டான். ஓடி வருகிறான் கோழையைப்போல. *(திடீரென்று ரோஷனாராவைப் பார்த்து)* போ! ஔரங்கசீப்பின் வெற்றிக் கோலாகலத்துக்கு ஏற்பாடு செய். உனக்குச் சந்தோஷந்தானே?

ரோஷனாரா: ஒவ்வொருவரும் அவரவருடைய கனவுகளைச் செயலாக்க முற்படுவதில் தவறு என்ன இருக்கிறது சக்கரவர்த்தி?

ஷாஜஹான்: *(கோபத்துடன்)* சகோதரர்களைக் கொன்று, தந்தையைக் கொன்று, தந்தையின் நண்பர்களைக் கொன்று அந்த இரத்தத்தில் குளித்து அரியாசனம் ஏற வேண்டும். இதுதானே உன் அருமைச் சகோதரன் ஔரங்கசீப் காணும் கனவு?

ரோஷனாரா: ஔரங்கசீப்பை நீங்கள் தவறாகப் புரிந்து கொண்டிருக்கிறீர்கள்.

ஷாஜஹான்: நான் யாரைத்தான் சரியாகப் புரிந்துகொண் டிருக்கிறேன் சொல். போர்க்களத்திலிருந்து மூச்சிரைக்க ஓடி வருகின்றானே தாரா, அவனைச் சரியாகப் புரிந்து கொண்டிருக்கிறேனா? அவனுக்கு அருந்துணையாக இருக்கப்போகின்றார்கள் என்று நினைத்திருந்தேனே –

இந்த ராஜபுத்திர அயோக்கியர்கள் – அவர்களைத்தான் சரியாகப் புரிந்துகொண்டிருக்கிறேனா? யாரைப் புரிந்து கொண்டிருக்கிறேன் சொல்?

(சில விநாடிகள் மௌனம்)

எவர்களைத் தன்னுடைய நெருங்கிய நண்பர்கள் என்று தாரா நினைத்தானோ, அவர்கள் அவனை ஏமாற்றி விட்டார்கள். பின்னாலிருந்து முதுகில் குத்துவதில் ஹிந்துக்களுக்கும் முஸ்லிம்களுக்கும் போட்டி. அதிகாரம் எங்கிருக்கிறதோ அந்தப் பக்கம் சாய்வதுதான் ஹிந்துஸ்தானின் மனித தர்மம். மதம் என்பது போலித்தனமான மேற்பூச்சு! அந்தரங்கத்தை மறைக்க ஏற்பட்ட கொள்கைப் போர்வை. அரசியல் அரிச்சுவடிகூடத் தெரியாத தாரா என்ற குதிரையை நம்பியது என் தவறு. போரிலே தோற்று ஓடி வருகிறான்; வெட்கங்கெட்டவன். அவன்மீது வைத்திருந்த என் நம்பிக்கையெல்லாம் தவிடுபொடியாகிவிட்டது. அவன் ஒழியட்டும்; ஒழியட்டும். மீண்டும் அவன் இந்தக் கோட்டைக்குள் நுழையக் கூடாது. அல்லாவின்மீது ஆணையாகச் சொல்கிறேன். இனிமேல் அவனை நான் பார்க்கப்போவதில்லை. அவன் தில்லிக்குச் செல்லட்டும். அவனைப் பார்க்கும்போதெல்லாம், தாராவின் உருவத்துக்குப் பதிலாக, வெற்றிச் சிரிப்புடன் நிற்கும் ஔரங்கசீப்தான் என் கண்முன் தோன்றுவான். 'உங்கள் கனவு கலைந்து விட்டதா, சக்கரவர்த்தி?' என்று விஷயப் புன்னகையுடன் கேட்பான். இந்தத் தள்ளாத வயதில் எனக்கு இன்னும் எத்தனை சோதனைகள்... (தலைமீது கையை வைத்துக்கொள்கிறான்).

(சில விநாடிகள் மௌனம்.)

ரோஷனாரா: ஔரங்கசீப் உங்களுக்கு எந்தவிதக் கெடுதலும் செய்ய மாட்டான். இதை என்னால் உறுதியாகச் சொல்ல முடியும்.

ஜஹனாரா: *(புன்னகையுடன்)* வேறு கெடுதல் என்ன பாக்கியிருக்கிறது?

ரோஷனாரா: ஓர் உண்மையான முஸல்மானாகிய அவன் ஒரு முல்ஹீத் பட்டம் ஏறுவதை விரும்பவில்லை. இதைத் தடுக்கவே படையெடுத்து வந்திருக்கிறான். மேலும் இன்னொரு விஷயம்...

(பாதியிலேயே நிறுத்திவிடுகிறாள்.)

ஜஹனாரா: ஏன் நிறுத்திவிட்டாய் சொல்.

ரோஷனாரா: இன்னொரு மஹல் உருவாகப்போவதைத் தடுக்கத்தான். கோடிக்கணக்கில் மக்கள் பணம் செலவழியக் கூடாது என்ற ஒரே பிடிவாதத்தினால்தான் ஔரங்கசீப் படையெடுத்து வந்திருக்கிறான்.

(ஷாஜஹான் அவளருகே வருகிறான்.)

ஷாஜஹான்: *(நிதானமாக)* இதுவா காரணம்? *(கேட்டுவிட்டு எழுகிறான்.)*

ரோஷனாரா: ஆமாம்.

ஷாஜஹான்: தந்தையையும் அவருடைய கனவுகளையும் குழி தோண்டிப் புதைக்க வேண்டுமென்ற காரணத்துக்காகவே அவன் படையெடுத்து வந்திருக்கிறான்.

ரோஷனாரா: உங்கள் கனவுகளைக் குழிதோண்டிப் புதைக்கலாம். உங்களுக்கு எந்தவித ஆபத்தும் ஏற்படாது.

ஷாஜஹான்: நான் வேறு, என் கனவுகள் வேறா? மனிதனை அவன் கனவுகளினின்றும் பிரித்துவிட்டால் மனிதனுக்கும் மிருகத்துக்கும் என்ன வித்தியாசம்?

ரோஷனாரா: (சிரித்துக்கொண்டே) மிருகங்கள் பயித்தியக்காரக் கனவுகள் காண்பதில்லை. அவற்றுக்கு உணவுப் பிரச்சினையே பெரும் பிரச்சினையாக இருக்கும்போது, கனவு காண்பதாகிய ஆடம்பரம் அவற்றுக்குக் கட்டிவராது.

ஷாஜஹான்: அப்படியானால் ஔரங்கசீப் ஒரு மிருகம் என்கிறாய் அப்படித்தானே? இலட்சியம் ஏதுமற்ற விலங்கினால்தான் ஆளப்பட வேண்டும் என்பது ஹிந்துஸ்தானின் தலைவிதியாக இருந்தால் நான் என்ன செய்ய முடியும்?

ரோஷனாரா: ஔரங்கசீப்புக்கு இலட்சியம் இருக்கிறது சக்கரவர்த்தி!

ஷாஜஹான்: என்ன இலட்சியம்?

ரோஷனாரா: 'ஒரு நாடு, ஒரு மொழி, ஒரு மதம்.'

ஷாஜஹான்: ஆளப்படுகின்றவர்களும் ஆட்டு மந்தைகளாக இருந்து ஆளுகின்றவனும் ஒரு கொடிய மிருகமாக இருந்தால்தான் இது சாத்தியமாகும்.

ஜஹனாரா: மக்களுக்காகக் கொள்கையா அல்லது கொள்கைக்காக மக்களா ரோஷனாரா?

ரோஷனாரா: மக்களுக்காகக் கொள்கையென்றா இதுவரை நம் அரசாட்சி இருந்து வந்திருக்கிறது? அப்படி இருந்தால் சில நகரங்களைத் தவிர மற்ற ஹிந்துஸ்தான் முழுவதும் பசியும் பட்டினியும் மிகுந்து இருப்பதற்கு என்ன காரணம்? மக்களைப் பற்றிக் கவலைப்படாமல் அரசர்கள் தங்களுடைய தனிப்பட்ட அந்தரங்கக் கனவுகளைத் தங்களுடைய திருப்திக்காக நிறைவேற்றிக்கொள்ள முயல்வதா நல்ல அரசாட்சி?

ஜஹனாரா: ஔரங்கசீப்பினுடைய இலட்சியமும் கனவல்லாமல் வேறென்ன?

ரோஷனாரா: அது தனிப்பட்ட அந்தரங்கக் கனவல்ல, அரசியல் கனவு; மக்களுடன் சம்பந்தப்பட்ட கனவு.

ஜஹனாரா: ஆள்கின்றவர்களுடைய தனிப்பட்ட அந்தரங்கக் கனவுகளுக்குக் கொடுப்பதைக் காட்டிலும் அவர்களுடைய அரசியல் கனவுகளுக்குத்தான் மக்கள் அதிக விலை கொடுக்கிறார்கள் என்பது சரித்திரம். இது தெரியாதா உனக்கு சகோதரி?

ரோஷனாரா: ஓர் உன்னத இலட்சியம் அரியாசனம் ஏற வேண்டுமென்றால் மக்கள் எந்தவித விலையும் கொடுக்கத் தயாராக இருக்க வேண்டும்.

ஜஹனாரா: மக்களுக்காகக் கொள்கையா, கொள்கைக்காக மக்களா என்று நான் கேட்ட கேள்விக்கு இதுவா பதில்?

ஷாஜஹான்: (திடீரென்று) ரோஷனாரா!

(அவள் தந்தையின் பக்கம் திரும்புகிறாள்)

ஷாஜஹான்: ஔரங்கசீப்பை நான் வரவேற்கத் தயார்! அவன் என் கனவை நிறைவேற்றுவானா சொல்.

ஜஹனாரா: (திடுக்கிட்டு) என்ன சொல்கிறீர்கள் சக்கரவர்த்தி?

ரோஷனாரா: (புன்சிரிப்புடன்) சக்கரவர்த்தி இப்பொழுது மண் குதிரைக்குப் பதிலாக இரும்புக் குதிரையை நம்புகிறார்.

ஷாஜஹான்: சொல் மகளே சொல்! அவன் என் கனவை நிறைவேற்றுவானா?

ரோஷனாரா: முதல்தடவையாக என்னை 'மகளே' என்று அழைத்ததற்கு மிகவும் நன்றி சக்கரவர்த்தி!

ஷாஜஹான்: (தன் நினைவிலேயே) ஔரங்கசீப் என் கனவை நிறைவேற்றுவானா?

ரோஷனாரா: என்னால் எந்த வாக்குறுதியும் அளிக்க முடியாது. ஔரங்கசீப் கனவை நிறைவேற்றத் தயாராக இருப்பானோ இல்லையோ, உங்களை ஏதும் செய்ய மாட்டான். இதை என்னால் உறுதியாகச் சொல்ல முடியும்.

ஷாஜஹான்: என்னை அவன் கொல்லட்டும். ஆனால் என் கனவாகிய அக்கருஞ்சலவைக்கல் சமாதி எழுப்பி அதில் அவன் என்னைப் புதைக்கட்டும். இதுதான் நான் வேண்டுவது.

ஜஹனாரா: போர் ஏற்படுவதற்கு முன்னால், சகோதரர்களுக்குள் சண்டை ஏற்படுவதைத் தவிர்க்க வேண்டுமென்றால், ஔரங்கசீப்பே பட்டம் ஏறட்டும் என்ற யோசனையை நான் சொன்னேன். அப்பொழுது நீங்களும் தாராவும் ஏற்கத் தயாராக இல்லை. ஆனால் இப்பொழுது இவ்வளவு

ரத்தம் சிந்திய பிறகு நீங்கள் ஔரங்கசீப்பை வரவேற்றால் தாராவின் கதி என்னாவது சக்கரவர்த்தி?

ரோஷனாரா: தாராவைக் காப்பாற்ற இனி யாராலும் முடியாது. அவன் ஹிந்துஸ்தானில் எந்த மூலையில் இருந்தாலும் ஔரங்கசீப் அவனை வேட்டையாடிக் கொல்வான். அதில் சந்தேகமே இல்லை.

ஜஹனாரா: நான் என் உயிரைத் தரத் தயாராக இருக்கும் போது தாராவை அவன் ஏன் கொல்ல வேண்டும்?

ரோஷனாரா: நீங்கள் கேட்கின்ற கருஞ்சலவைக்கல் சமாதியை ஒருவேளை அவன் கட்டினாலும் கட்டலாம். ஆனால், தாராவை அவன் பழிவாங்காமல் இருக்க மாட்டான். தாராவின் மீது வெறுப்பு என்ற அப்பண்பை நீக்கிவிட்டால் அவன் ஔரங்கசீப்பாக இருக்க முடியாது

ஷாஜஹான்: என் கனவையும் நிறைவேற்ற மாட்டான். தாராவையும் கொன்றே தீருவான் என்றால் ஔரங்கசீப்பை நான் ஆக்ரா கோட்டைக்குள் நுழையவிட மாட்டேன். என் மூச்சு உள்ளவரை அவனுடன் போராடுவேன்.

(எழுகிறான். கையைத் தட்டுகிறான். உடனே ஒரு போர் வீரன் இடப்பக்கமாக வருகிறான்.)

கோட்டைத் தளபதியை அழைத்து வா.

(வீரன் போகிறான்.)

ரோஷனாரா: உங்கள் கனவுக்காகவும் ஒரு முல்ஹீத்தின் உயிருக்காகவும் கோட்டையில் உள்ள எல்லாரையும் பலி கொடுக்க வேண்டுமா ஷா-இன்-ஷா?

ஷாஜஹான்: *(குரூரப் புன்னகையுடன்)* அந்த எல்லாரையும் என்பதில் நீயும் இருப்பாய் அல்லவா? எவ்வளவு மகிழ்ச்சியான செய்தி!

ரோஷனாரா: ஏன் இப்பொழுதே நீங்கள் என்னைக் கொல்லலாமே!

ஷாஜஹான்: உன்னை என்னால் கொல்ல முடியாது.

ரோஷனாரா: *(கிண்டலாக)* ஓ! உங்கள் மகள்மீது பாசமா?

ஷாஜஹான்: இல்லை. நீ மும்தாஜின் மகள்!

ரோஷனாரா: ஔரங்கசீப்பும் உங்கள் மனைவியின் மகன்தானே!

ஷாஜஹான்: அதனால்தான் அவனையும் கொல்லாமல் இதுவரை விட்டு வைத்தேன். களையைப் பிடுங்காமல் வைத்ததன் பலன் பயிரை அழித்துவிட்டது. ஷுஜா அவனை அன்று காப்பாற்றாமல் இருந்திருந்தால் எவ்வளவு நன்றாக இருந்திருக்கும்?

ரோஷனாரா: *(புரியாமல்)* ஷுஜா காப்பாற்றினானா?

ஜஹனாரா: மறந்துபோய்விட்டதா ரோஷனாரா? சுதாகர் ஔரங்கசீப்பைத் தாக்க வந்தபோது, ஷுஜா அந்த யானைமீது பாய்ந்து தம்பியைக் காப்பாற்றினானே! அந்த நிகழ்ச்சியைச் சக்கரவர்த்தி குறிப்பிடுகிறார்.

ரோஷனாரா: *(நினைவு வந்தவளாக)* ஓ! வெறி பிடித்த அந்த யானையைக் கண்டு பயப்படாமல் பதினைந்து வயது பாலகன் ஔரங்கசீப் அதனுடன் போராடினானே அந்த சாகசத்தை நினைத்து ஒரு தந்தை பெருமை கொள்ளாமல் அப்பொழுது அவன் ஏன் செத்திருக்கக் கூடாது என்று

கேட்கிறாரே, இந்த அன்புக்கு ஈடு இணை இவ்வுலகத்தில் இருக்க முடியுமா?

(தளபதி இடப்பக்கமாக வருகிறான். ஷாஜஹானை வணங்கி விட்டு நிற்கிறான் தளபதி.)

ஷாஜஹான்: *(கோபத்துடன்)* கோட்டைக் கதவை அடைத்துவிடு. ஔரங்கசீப்பின் படை வந்தால், இறுதிவரை போராட வேண்டும்; சரணடையக் கூடாது. கோட்டையைத் தரைமட்டமாக்கி, கோட்டையிலுள்ள அனைவரையும் கொன்று அவன் அரியாசனம் ஏறட்டும் அதைப்பற்றி எனக்குக் கவலை இல்லை.

(தளபதி ஜஹனாராவைப் பார்க்கிறான்)

ஷாஜஹான்: எதற்காக அவளைப் பார்க்கின்றாய்? என் கட்டளையை உடனே நிறைவேற்றியாக வேண்டும். போ!

தளபதி: கோட்டைக்குள் இருப்பவர்களில் பாதிக்கு மேல் ஔரங்கசீப்பை வரவேற்கத் தயாராக இருக்கிறார்கள் ஷா–இன்–ஷா.

ஷாஜஹான்: *(சீறுகிறார்)* நீயுமா?

தளபதி: கோட்டைக்குள் இருப்பவர்களின் ஒத்துழைப்பு இல்லையென்றால், முற்றுகையைச் சமாளிப்பது என்பது அவ்வளவு சுலபமான காரியமல்ல ஷா–இன்–ஷா.

ஷாஜஹான்: *(கோபத்தில் கத்துகிறான்)* அப்படியானால் கோட்டைக் கதவைத் திறந்து ஔரங்கசீப்பை வரவேற்று அவனை அரியாசனத்தில் உட்கார வைத்து, மண்டியிட்டு, அவன் பாதங்களை முத்தமிடு . . . போ. நன்றிகெட்ட நயவஞ்சகர்கள்! என் நினைவாக ஹிந்துஸ்தானில்

எதுவுமிருக்கக் கூடாது. தில்லி செங்கோட்டையை இடித்துத் தள்ளுங்கள். மயிலாசனத்தைத் தீயிலிடுங்கள். தாஜ்மஹல் பீரங்கிக்கு இலக்காகி சுக்குநூறாகப் போகட்டும். ஜகந்நாத், ராம்தாஸ், லால்கான் ஆகிய இசை விற்பன்னர்களின் குரல் வளைகளை நெறித்தெறியுங்கள். கவிதைப் புத்தகங்களைக் கிழித்தெறியுங்கள். ரோஜாத் தோட்டங்கள் சுடுகாடாகட்டும்.

(கோபத்தில் கத்திய அவனுக்கு மூச்சு இரைக்கிறது. ஜஹனாரா அவன் மார்பைத் தடவுகிறாள். கண்களை மூடுகிறான். ரோஷனாரா ஒன்றும் பேசாமல் அவனைப் பார்த்துக்கொண்டே சில நிமிஷம் நிற்கிறாள். தளபதி திகைத்து நிற்கிறான்.)

ஜஹனாரா: அரசன் கட்டளைப்படி கோட்டைக் கதவை அடைத்துவிடுங்கள் தளபதி! அல்லாவின் மீது பாரத்தைப் போடுவோம். நடப்பது நடக்கட்டும்.

(ரோஷனாரா அவளைப் பார்த்துப் புன்னகை செய்துவிட்டு உள்ளே போகிறாள்.)

தளபதி: இப்பொழுதுள்ள நிலைமையில் ஒரு வாரத்துக்கு மேல் முற்றுகையைத் தாக்குப் பிடிக்க முடியாது இளவரசி!

(அவள் மூக்கின்மீது விரலை வைத்து பேச வேண்டாம் என்று எச்சரிக்கை செய்துவிட்டு, அவனைப் போகும்படி சைகை காட்டுகிறாள். அவன் போகிறான். ஜஹனாரா ஷாஜஹானை அழைத்துக்கொண்டு போகிறாள்.)

இருள்...

சில விநாடிகளுக்குப் பிறகு ஒளி வரும்போது தாரா இடப்பக்கத்திலிருந்து வருகிறான். அப்பொழுது ஒரு போர் வீரன் அவனை உள்ளே போகவிடாமல் தடுக்கிறான்.)

தாரா: *(கோபத்துடன் உதற முயன்றுகொண்டே)* யார் நீ என்னைப் போகவொட்டாமல் தடுக்க?

வீரன்: ஷா-இன்-ஷாவின் உத்தரவு.

தாரா: *(சீறுகிறான்)* என்னது?

(அவன் வீரனைப் பிடித்து உலுக்கி அவனைக் கீழே தள்ளி விடுகிறான். ஜஹனாரா வருகிறாள்.)

ஜஹனாரா: தாரா! பாவம் அவனை ஏன் தாக்குகிறாய்? அவன் சொல்வது உண்மைதான்!

தாரா: ஷா-இன்-ஷா என்னைப் பார்க்க விரும்பவில்லையா? *(போர் வீரன் போகிறான்.)*

ஜஹனாரா: ஆமாம்!

தாரா: சக்கரவர்த்தி என்மீது கோபமாக இருக்கிறாரா?

ஜஹனாரா: கோபமில்லை ஏமாற்றம். இதுதான் இன்னும் கொடுமை.

தாரா: போரிடும்போதுதான் ஒருவனுக்கு யார் யார் நண்பர்கள், யார் யார் பகைவர்கள் என்று தெரிகிறது. எனக்கு எப்பேர்ப்பட்ட ஏமாற்றம் என்று சக்கரவர்த்திக்குத் தெரியுமா?

ஜஹனாரா: உன்னுடைய தோல்வி தந்த ஏமாற்றத்தைக் காட்டிலும் அவருக்குத் தன் கனவு கலைந்துவிட்டதே என்ற வேதனைதான் அதிகமாக இருக்கிறது.

இந்திரா பார்த்தசாரதி

தாரா: ஷா–இன்–ஷாவுக்குக் கொடுத்த வாக்குறுதியை நான் நிறைவேற்றியே தீருவேன். போர் இன்னும் முடியவில்லை. இப்பொழுதுதான் ஆரம்பித்திருக்கிறது. ஔரங்கசீப் பட்டத்துக்கு வந்தால் என் சார்பில் மக்கள் கிளர்ந்து எழுவார்கள் என்பது நிச்சயம்.

ஜஹனாரா: உன் கனவு இன்னும் கலையவில்லையா தாரா?

தாரா: கனவா?

ஜஹனாரா: ஆம். உன் கனவுதான். ஊமைகள் உனக்காகக் குரல் எழுப்புவார்கள் என்று நினைத்தாயானால் இது கனவு அல்லாமல் வேறு என்ன?

தாரா: ஊமைகளா?

ஜஹனாரா: யார் வெற்றி பெற்று எப்படி அரசாண்டாலும் அதைப் பற்றற்ற முறையில் ஏற்றுக்கொள்ளும் தத்துவ ஞானிகள் ஹிந்துஸ்தானில் உள்ள மக்கள். இவர்களுக்கும் ஊமைகளுக்கும் என்ன வித்தியாசம்?

(தாரா அவள் சொல்வதைப் பற்றி யோசிப்பது போல் சிறிது நேரம் நிற்கிறான். சில வினாடிகள் மௌனம்).

தாரா: சக்கரவர்த்தியைச் சிறிது நேரமாவது பார்த்துவிட்டுப் போகிறேன். நீ போய்த் தயவுசெய்து அவரைக் கேட்டுப்பார்.

ஜஹனாரா: உன்னை நேரில் பார்த்தால் அவர் துயரம் இன்னும் அதிகமாகும். (குரலைச் சற்றுத் தாழ்த்தி) உன்னைத் தில்லிக்குப் போகும்படிப் பணித்திருக்கிறார். அங்கு உனக்குத்

தேவையான உதவி கிடைக்கும். படைபலம் கொண்டு ஔரங்கசீப்புக்குப் பதில் கூற முயற்சி செய். மக்கள் பலம் என்பது கற்பனை.

தாரா: நான் எதற்காகத் தில்லிக்கு ஓட வேண்டும்?

ஜஹனாரா: ஔரங்கசீப் ஆக்ராவை நோக்கி வந்துகொண்டிருக்கிறான். அவன் மகன் சுல்தான் மகம்மதின் படைகள் வேறொரு திசையிலிருந்து நெருங்கிக்கொண்டிருக்கின்றன. உன்னை அரியாசனத்தில் ஏற்றுவதற்காக அவர்கள் வருகிறார்கள் என்று நினைத்தாயா?

தாரா: அவர்கள் வரட்டும். கோட்டையிலிருந்து கொண்டே அவர்களுடன் சண்டையிட்டுச் சாகிறேன். மரணத்தைப் பற்றி நான் கவலைப்படவில்லை.

ஜஹனாரா: வீரம் என்றால் தற்கொலை அல்ல தாரா! சொல்வதைக் கேள். *(தணிந்த குரலில்)* தில்லிக்குப் போ. அங்கே உனக்கு உதவி கிடைக்கும். அதற்கான ஏற்பாடுகளைச் சக்கரவர்த்தி செய்திருக்கிறார். இங்கு அவர் ஔரங்கசீப்பைச் சமாளித்துக்கொள்வார்.

தாரா: ஔரங்கசீப் சக்கரவர்த்தியை மட்டும் சும்மா வைத்திருக்கப் போகிறானா?

ஜஹனாரா: அதை நாங்கள் பார்த்துக்கொள்கிறோம். நீ போய்விடு. தயவுசெய்து போய்விடு.

(தாரா சிறிது நேரம் பேசாமல் நிற்கிறான். சில விநாடிகள் மௌனம்.)

தாரா: ஔரங்கசீப்புடன் நான் போரிட்டுத்தான் ஆக வேண்டும். குறுக்குச் சுவர்கள் எழுப்பிக்கொண்டு அந்த வரையறைக்குள்ளே சிந்திக்கும் கற்பனையற்ற அந்த சராசரி பட்டத்துக்கு வந்தால் நான் கனவு காணும் ஹிந்துஸ்தானம் உருவாகாது. மொகலாய ஆட்சி இவனுடன் முடிந்துவிடும்.

ஜஹனாரா: உலகம் சராசரிகளுக்குத்தான் தாரா! வாழ்க்கையின் நியதிகளையும் ஒழுக்கங்களையும் நிர்ணயிக்கிறவர்களே இவர்கள்தான். வாழ்க்கைப் போராட்டத்தில் உன் கனவுகள் தோற்றுவிட்டன. இதை ஏன் ஒப்புக்கொள்ள மறுக்கிறாய்?

தாரா: வெற்றி தோல்வியை வைத்துக்கொண்டு அடிப்படை இலட்சியங்களின் மதிப்பை அளவிட முடியாது. இலட்சியங்கள் நிரந்தரமானவை. வெற்றி தோல்விகளுக்கு நிகழ்காலப் பாஷைதான் தெரியும்.

ஜஹனாரா: வெற்றி தோல்வி இல்லாவிட்டால், நிகழ்கால வாழ்க்கைக்கு அர்த்தமே இல்லை. சரித்திரத்தில் புகப் போகிறோம் என்று நினைத்துக்கொண்டே தற்கால வாழ்க்கையை நரகமாக்கிக்கொள்ள வேண்டுமா?

தாரா: இடைக்கால இன்பங்களைப்பற்றிக் கவலைப்படாமல் பேரின்பம் என்று சொல்லி ஓர் இலட்சிய வாழ்வுக்குப் பாதை வகுத்திருப்பதுதான் ஹிந்துஸ்தானின் பாரம்பரியத் தத்துவச் சிறப்பு.

ஜஹனாரா: (கேலிப் புன்னகையுடன்) உன் தத்துவ ஞானம் சாமுகர் போர்க்களத்தில் உனக்கு உதவி செய்யவில்லையென்பதை நினைவு வைத்துக்கொள். தில்லிக்குச் சீக்கிரம்

புறப்படு. ஔரங்கசீப் உன்னுடன் தத்துவ விசாரணை செய்யத் தயாராக இருக்க மாட்டான் என்று நினைக்கிறேன்.

தாரா: நான் தில்லிக்குப்போய்விட்டால், ஆக்ராவை யார் காப்பாற்றுவார்கள்?

ஜஹனாரா: ஆக்ராவை இனி யாராலும் காப்பாற்ற முடியாது. இனி ஏதாவது நம்பிக்கை இருக்கிறதென்றால் அது நீ தில்லிக்குச் சென்று மேற்கொள்ளும் முயற்சியைப் பொறுத்தது.

(தாரா சில விநாடிகள் பேசாமல் நிற்கிறான். பிறகு...)

தாரா: சரி நான் வருகிறேன். என் முயற்சிகளில் தோல்வி அடைந்தால் சக்கரவர்த்தியையோ உன்னையோ நான் இனி மீண்டும் பார்க்கும்படியான சந்தர்ப்பம் ஏற்படாது. ஆகவே (உணர்ச்சியுடன்) இப்பொழுது விடைபெறுகிறேன். உன்னை ஓர் அருமைச் சகோதரன் மிகவும் நேசித்தான் என்று நீ நினைவுவைத்துக்கொண்டால் போதும். நான் வருகிறேன்.

(அவன் போகிறான். ஜஹனாரா அவன் போவதையே பார்த்துக்கொண்டு சிறிது நேரம் நிற்கிறாள். ஷாஜஹான் வருகிறான். அரியாசனத்தில் உட்காருகிறான்.)

ஷாஜஹான்: (மெதுவாக) தாரா போய்விட்டானா?

(ஜஹனாரா பதில் கூறாமல் நிற்கிறாள்.)

ஷாஜஹான்: ஒரு பெரிய படையை அழைத்துச் சென்றும் சமாளிக்கத் தெரியாதவன் தில்லிக்குப் போய் என்ன செய்யப் போகிறான்? அவனால் ஏதாவது செய்ய முடியும் என்று நீ நம்புகிறாயா?

ஜஹனாரா: *நான் என்ன பதில் சொல்ல வேண்டுமென்று எதிர்பார்க்கிறீர்கள் ஷா–இன்–ஷா? எனக்கு நம்பிக்கை இல்லை என்று கூறி உங்களை இன்னும் வேதனைக் குள்ளாக்க வேண்டுமா?*

ஷாஜஹான்: *அப்படியானால் உனக்கு நம்பிக்கை இல்லை என்று அர்த்தமா? (கோபத்துடன்) தாரா தோற்க வேண்டும் என்று நீயும் வேண்டிக்கொண்டாயா? என் கனவு நிறைவேறக் கூடாது என்பதுதானே உன்னுடைய திட்டம்?*

ஜஹனாரா: *என்ன சொல்கிறீர்கள், சக்கரவர்த்தி?*

ஷாஜஹான்: *(எழுந்து) எல்லாருமாகச் சேர்ந்து சதி செய்கிறீர்கள். நீ, ரோஷனாரா, ஔரங்கசீப் மூவருமாகச் சேர்ந்து சதி செய்கிறீர்கள். உனக்கு என்மீது ஏன் இவ்வளவு கோபம் என்று எனக்குப் புரிகிறது. உனக்கு மும்தாஜாக இருந்து அலுத்துவிட்டது. நினைத்தபோதெல்லாம் உன்னிடத்தில் மும்தாஜைக் காணும் இந்தக் கிழவனின் பைத்தியக்காரத்தனம் உனக்கு எரிச்சலூட்டியிருக்கிறது. என் கனவை எதிர்த்து அன்றே நீ பேசினாய். தாரா என் கனவை நிறைவேற்றிவிடுவானோ என்ற பயம் உனக்கு அப்படித்தானே? அதனால்தான் தாரா தில்லியிலிருந்து படை திரட்டிக்கொண்டு வருவான் என்ற நம்பிக்கை உனக்கு இல்லை என்று கூறுகிறாய். அப்படி அவன் வரக் கூடாது என்பதுதான் உன் விருப்பம். அதுதானே உன் இலட்சியம்? ஏன் இதைச் சொல்லத் தயங்குகிறாய் சொல். (அவளை உலுக்குகிறான்).*

ஜஹனாரா: *(தன்னை விடுவித்துக்கொண்டே)* கோபத்தில் நினைத்தவாறெல்லாம் பேசிவிடாதீர்கள்! சக்கரவர்த்தி மறுக்கும் அளவுக்குக்கூடத் தரமான குற்றச்சாட்டுகள் அல்ல இவை! உங்கள்மீது எனக்குள்ள பாசத்தை நிரூபித்துக் காட்ட வேண்டுமென்ற அவசியமும் எனக்கில்லை. கடந்த காலத்தை நினைத்து அசைபோடும் உங்களிடத்தும், பிறக்கப் போகின்ற எதிர்காலத்தை நிர்ணயிக்கும் மகத்தான பொறுப்பு தன்னிடத்தில்தான் இருக்கிறது என்று தன்னை இன்னொரு அக்பராகப் பாவித்துக் கனவுகண்டுகொண்டிருக்கும் தாராவிடத்தும், எனக்கு இருப்பது அனுதாபத்தின் அடிப்படையில் பிறந்த பரிவு. ஔரங்கசீப்பின் நிகழ்கால நோக்குக்காக அவனை என்னால் பாராட்ட முடிந்தாலும் அவன் வீழ்ச்சியைத்தான் நான் விரும்புகிறேன். இதை நான் உங்களைத் திருப்திப்படுத்த வேண்டுமென்பதற்காகச் சொல்லவில்லை. அல்லாவின்மீது ஆணையாகக் கூறுகிறேன்.

ஷாஜஹான்: உனக்கு என்மீது பரிவு இருந்தால், நான் காணும் கனவு நிறைவேற வேண்டுமென்றால், தாரா தில்லியிலிருந்து படை திரட்டிக்கொண்டு வந்து ஔரங்கசீப்பை முறியடிப்பான் என்று சொல். சொல் மகளே, சொல்.

ஜஹனாரா: உங்கள் நம்பிக்கை வீண்போகக் கூடாது என்பதே என் விருப்பம்.

(அப்பொழுது ஒரு வீரன் இடப்பக்கத்திலிருந்து வேகமாக ஓடிவந்து ஷாஜஹானை வணங்குகிறான்)

வீரன்: தங்கள் பேரன் இளவரசர் சுல்தான் மொஹம்மத்தின் படைகள் ஒரு பக்கத்திலிருந்தும், தங்களுடைய மூன்றாவது

மகன் இளவரசர் ஔரங்கசீப்பின் படைகள் இன்னொரு பக்கத்திலிருந்தும் கோட்டை வாசலை நெருங்கிக் கொண்டிருக்கின்றன ஷா–இன்–ஷா.

(பீரங்கிச் சத்தம்)

ஷாஜஹான்: *(நிதானமாக)* நான் தாஜ்மஹலைப் பார்க்க வேண்டும்.

(வீரன் ஜஹனாராவை ஒன்றும் புரியாமல் பார்க்கிறான்.)

ஜஹனாரா: நீ போ. *(அவன் போகிறான்.)*

(பீரங்கிச் சத்தம் இடையிடையே தொடர்ந்து கேட்டுக் கொண்டேயிருக்கிறது.)

ஷாஜஹான்: நான் தாஜ்மஹலைப் பார்க்க வேண்டும். ஆக்ரா கோட்டை ஔரங்கசீப் வசம் விழுந்துவிட்டால் நான் தாஜ்மஹலைப் பார்க்கும் சந்தர்ப்பம் ஏற்படவே ஏற்படாது. தாஜ்மஹலுக்குச் சென்று இப்பொழுது ஆசை தீர உலவி விட்டால், பிறகு என்னால் அதைப் பார்க்க முடியாமற் போனால்கூட, அதைப்பற்றி நான் கவலைப்பட மாட்டேன். மும்தாஜ்... இதோ வருகிறேன் உன்னுடன் பேச வேண்டும், உன் மகன் என்மீது படையெடுத்து வந்திருக்கிறான். இன்னொரு கரையிலிருந்து, கருஞ்சலவைக்கல் மஹலி லிருந்து உன்னைக் காலங்காலமாகப் பார்த்துக்கொண் டிருப்பேன் என்று கூறினேனே இனி அது நடக்காது. மும்தாஜ், இப்படி ஒரு மகனை எப்படி நீ பெற்றெடுத்தாய்? (மௌனம்) அன்று நமக்குள் என்ன சண்டை?

(அப்பொழுது தளபதி வந்து ஷாஜஹானை வணங்குகிறான். ஷாஜஹான் அவனைப் பார்க்காது தொடர்ந்து கனவு கண்டு கொண்டே இருக்கிறான்.)

ஔரங்கசீப் 63

தளபதி: கோட்டைக் கதவுகளையெல்லாம் அடைத்துவிட்டேன் சக்கரவர்த்தி.

ஷாஜஹான்: (தன் நினைவிலேயே) ஆம், மும்தாஜ். எனக்கு நினைவிருக்கிறது. அன்று ஏதோ புனித நாள். நீ வர மறுத்தாய். நான் அன்று என் வசமில்லை. (மௌனம்) நான் உன் முன்னால் என்றுதான் என் வசத்தில் இருந்திருக்கிறேன் மும்தாஜ்?

(தளபதி ஜஹனாராவைப் பார்க்கிறான்.)

ஜஹனாரா: உயிர்ச்சேதம் அதிகமில்லாமல் கூடியவரை எதிர்க்க முயலுங்கள் தளபதி.

ஷாஜஹான்: நீ பெற்றெடுத்த நான்கு குழந்தைகள் இருக்கும் போதே நான் இத்தனை பாடுபடும்போது பிறந்த பதினாறு குழந்தைகளும் உயிரோடு இருந்திருந்தால்? மும்தாஜ் மீண்டும் மீண்டும் கருவுயிர்த்து அதனாலேயே கடைசியில் நீ இறந்து போனதற்கு நான்தான் காரணம். உன் கோபத்தில் என் கடைசிக் காலம் இப்படித்தான் இருக்க வேண்டும் என்று நீ சாபம் கொடுத்தாயா? நீ நிச்சயம் கொடுத்திருக்க மாட்டாய். உன்மீது பொறாமைகொண்ட அந்தப்புரத்திலிருந்த வேறு எந்தப் பெண்ணாவது கொடுத்திருக்கலாம். வேறு பெண்! (யோசிக்கிறான்) உன்னைத் தவிர வேறு யாரை எனக்குத் தெரியும்? மும்தாஜ், மும்தாஜ்...

ஜஹனாரா: நீங்கள் போகலாம் தளபதி.

தளபதி: இளவரசி ரோஷனாரா அரண்மனையிலிருந்து போய்விட்டார்கள். (ஷாஜஹான் கோபத்துடன் திரும்புகிறான்.)

ஷாஜஹான்: எங்கே?

தளபதி: அவருடைய சகோதரர் ஔரங்கசீப்பினிடம்.

ஷாஜஹான்: (கத்துகிறார்) போங்கள். எல்லாரும் போங்கள். நான் தனியாகவே நின்று ஔரங்கசீப்புடன் போராடுகிறேன். கோட்டைக் கதவை அடைக்க வேண்டாம். நான் ஔரங்கசீப்பைப் போரில் சந்திக்கிறேன். மும்தாஜ்! உன் மகன் என்னைக் கொல்லப்போகிறானா அல்லது நான் உன் மகனைக் கொல்லப்போகிறேனா... தெரியவில்லை. எது உனக்கு விருப்பம் மும்தாஜ்?

(சிரிக்கிறான். சில விநாடிகள் சிரித்துக்கொண்டே இருக்கிறான். ஜஹனாரா தளபதியைப் போகும்படி சைகை செய்கிறாள். அவன் போனதும், ஷாஜஹான் சிரித்துக்கொண்டே இருக்கும்போது அவள் தன் அரியாசனத்தில் அமர்ந்துகொண்டு அவன் தலையைத் தன் மடியில் வைத்துக்கொள்கிறாள். அவன் முகத்தை அவள் மடியில் புதைத்துக்கொண்டு தூங்குவது போலிருக்கிறான். பலத்த பீரங்கிச் சத்தம்! ஜஹனாரா தலையைச் சற்று உயர்த்தி அந்தச் சத்தத்தைக் கேட்கிறாள். தொடர்ந்து சுட்டுக்கொண்டேயிருக்கும் சத்தம். படைகளின் ஆரவாரம். முற்றுகை ஆரம்பமாகிவிட்டது என்பதை அவள் உணர்கிறாள். ஷாஜஹான் அசையவில்லை. (இருள்) சில விநாடிகளுக்குப் பிறகு ஒளி வரும்போது மாலை வேளை. ஔரங்கசீப், கலீலுல்லா கான், சுல்தான் மொஹம்மத், நிஜபத் கான், ஜுலிஃபிகர், இஸ்லாம் கான், பகதூர் கான் ஆகியோர் மண்டியிட்டு நமாஸ் செய்துகொண்டிருக்கிறார்கள். சிறிது நேரம் கழித்து எழுந்திருக்கிறார்கள். ஆக்ரா நகர் கோட்டை. ஔரங்கசீப்புக்கு 40 வயதிருக்கலாம்.)

சுல்தான்: சித்தப்பா மூரத்தின் கதை முடிந்துவிட்டது

(ஔரங்கசீப் பதில் ஒன்றும் கூறாமல் ஏதோ யோசித்துக் கொண்டிருக்கிறான்.)

கலீலுல்லா: *(புன்சிரிப்புடன்)* இவ்வளவு சுலபமாகவா இளவரசே?

சுல்தான்: சித்தப்பாவுக்கு வேண்டிய மதுவும் மங்கையும் தாராளமாக வழங்கியிருக்கிறார்கள். மயக்கத்திலிருக்கும் போதே கைது செய்து குற்றம் சாட்டி அவர் கதையை முடித்து விட்டார்கள்.

நிஜபத்கான்: என்ன குற்றம்?

ஔரங்கசீப்: என்ன குற்றம்? *(கேள்வியை மிகுந்த கோபத்துடன் திருப்பிக் கேட்கிறான்)* இப்படிக் கேட்க உனக்கு வெட்கமாக இல்லை நிஜபத்? ஒரு குடிகாரன், ஸ்திரீ லோலன், அவன் பட்டத்துக்கு வர வேண்டுமென்பதா உன் விருப்பம்?

இஸ்லாம்: மக்களைத் திருப்தி செய்ய இந்தக் குற்றச்சாட்டு போதாது என்று நான் நினைக்கிறேன் சக்கரவர்த்தி!

ஔரங்கசீப்: மக்கள் நலத்தைக் கருதித்தான் மூரத் பட்டத்துக்கு வரக் கூடாது என்று நான் தீர்மானித்தேன். மூரத் ஆட்சியில் மதுக்கடைகளும் விலைமாதர் விடுதிகளும்தான் அதிகமாக ஏற்பட்டிருக்கும்.

இஸ்லாம்: மூரத் ஏன் பட்டம் ஏறக் கூடாது என்பதற்கு உங்களைத் திருப்தி செய்யப் போதுமான காரணங்கள் இவை. ஆனால் மக்கள்...

ஔரங்கசீப்: *(கோபத்துடன்)* மக்கள், மக்கள்... ஆட்டு மந்தைக் கூட்டத்துக்குத் தனக்கு வேண்டியது என்ன என்று

தெரியவா போகிறது? நல்லது கெட்டது எது என்று வரையறுத்துக் கூறும் மதத்தின் அடிப்படையில் உருவாகும் அரசியல் ஆட்சிதான், அவர்களுக்கு ஆட்டிடையன் போல் வழிகாட்டியாக இருக்க முடியும்.

ஜுலிஃபிகர்: மக்களுடைய பலஹீனங்களைத் திருப்தி செய்துவிட்டால், ஆட்சியின் பொறுப்பு சுலபமாகிவிடும் பாதுஷா.

ஔரங்கசீப்: இவ்வளவு இரத்தம் சிந்தியிருப்பது அத்தகைய ஆட்சியை அமைக்க அல்ல, ஜுலிஃபிகர். ஹிந்துஸ்தானிலுள்ள மதுக்கடைகளையும் மங்கையர் விடுதிகளையும் உடனே மூடிவிடப் போகிறேன். கலை என்று சொல்லி ஒழுக்கத்தை விலை கூறும் விபச்சாரம் இனித் தொடர்ந்து இந்நாட்டில் நிகழாது. நாட்டிலுள்ள இசைவாணர்கள் பிழைப்புக்கு ஏர் பிடித்து உழ வேண்டும். நாட்டியமாடும் பெண்கள் போர் வீரர்களை மணந்து இல்லற வாழ்வை மேற்கொள்ளட்டும். ஹிந்துஸ்தானில் இனிமேல் இசைக்கும் நடனத்துக்கும் இடம் இல்லை. மக்களின் ஒழுக்கத்தைக் குறைத்து அவர்களைச் சோம்பேறிகளாக்கும் இக்கலைகளைக் குழிதோண்டிப் புதைத்தால்தான் இந்நாட்டுக்கு நல்லது.

கலீலுல்லா: நான் அதிகப்பிரசங்கத்தனமாகப் பேசுகிறேன் என்று நினைத்துக்கொள்ளாதீர்கள். மக்களுடைய தனிப்பட்ட விருப்பு வெறுப்புகளில் நாம் தலையிடுவது நமக்கே ஆபத்தாக முடியலாம்.

ஔரங்கசீப்: (கோபமாக) உனக்கு அப்படித்தான் தோன்றும் கலீலுல்லா கான். ஊழல்கள் மிகுந்த ஆக்ராவில் பல ஆண்டுகள் இருந்து எல்லாவித ஆடம்பரங்களையும்

அனுபவித்து வந்தவன்தானே நீ? என் தந்தையின் ஆட்சியில் வாழப் பழகிக்கொண்ட நீ, என் ஆட்சியில் எப்படி இருக்க வேண்டுமென்பதற்கும் தயார்செய்துகொள்ள வேண்டும். தெரிந்ததா? உன் அந்தப்புரத்தில் எத்தனை பெண்கள் இருக்கிறார்கள்?

(அவன் பேசாமல் நிற்கிறான்.)

ஔரங்கசீப்: ஏன் மௌனம் சாதிக்கிறாய். ஆயிரத்துக்கு மேல் உனக்கு எண்ணத் தெரியாதா?

கலீலுல்லா: நீங்கள் சொல்லும் அளவு இல்லை பாதுஷா!

ஔரங்கசீப்: நீ மணந்தவர்களைத் தவிர மற்றைய எல்லாப் பெண்களையும் அனுப்பிவிடு. இது என் ஆணை... தெரிந்ததா? இங்கு உள்ள அனைவருக்குந்தான் இச்சட்டம்.

(ஒரு வீரன் அப்பொழுது இடப்புறத்திலிருந்து வருகிறான். ஔரங்கசீப்பை வணங்கிவிட்டு ஒரு லிகிதத்தைத் தருகிறான். ஔரங்கசீப் அதைப் படிக்கிறான். படித்து முடிந்த பிறகு சிறிது நேரம் யோசித்துக்கொண்டே நிற்கிறான்.)

(சில விநாடிகளுக்குப் பிறகு)

ஔரங்கசீப்: ஷா–இன்–ஷா தம்மை வந்து பார்க்கும்படி என்னை அழைத்திருக்கிறார். நான் முடிசூடுவதில் அவருக்கு எந்தவிதமான தடையும் இல்லையாம்.

(பகதூர் கான் ஏதோ முணுமுணுக்கிறான்.)

ஔரங்கசீப்: என்ன சொல்கிறாய், பகதூர் கான்?

பகதூர்: ஷா–இன்–ஷாவின் திட்டம் என்னவென்று எனக்குப் புரியவில்லை.

ஔரங்கசீப்: இது சதித்திட்டமாக இருக்கக்கூடும் என்று நீ நினைக்கிறாயா?

இஸ்லாம்: அப்படித்தான் எனக்கும் தோன்றுகிறது பாதுஷா.

ஔரங்கசீப்: தாரா தில்லிக்கு ஓடிவிட்டான். கோட்டையிலுள்ள அனைவரும் சரண் அடைந்துவிட்டார்கள். இந்நிலையில் ஷா–இன்–ஷாவால் என்ன சதித்திட்டம் உருவாக்க முடியும் என்று நினைக்கிறீர்கள்? கிழப்புலி, வலிமையெல்லாம் குன்றிக் குகையில் முடங்கிக்கிடக்கிறது. (வீரனிடம்) நீ போ, வருகிறேன் என்று சொல்.

(வீரன் போன பின் சில விநாடிகள் மௌனம். யோசிக்கிறான், உலவுகிறான்.)

ஔரங்கசீப்: ஒருவேளை அவருடைய பைத்தியக்காரக் கனவாகிய கருஞ்சலவைக்கல் மஹலை உருவாக்கித் தர வேண்டும் என்று கேட்பதற்காக என்னை அழைத்திருக்கலாம். அது ஒருநாளும் நடக்காது. கோடிக் கணக்கில் பணத்தை விரயம் செய்யும் எந்தத் திட்டத்தையும் நான் வரவேற்க மாட்டேன். அவருடன் பேசும்போது இந்த விஷயத்தில் நான் கண்டிப்பாக இருக்க வேண்டும். அல்லாவே, நீ எனக்கு அவ்வளவு மன உறுதியைத் தா.

கலீலுல்லா: (ஆச்சர்யத்துடன்) உங்களுக்கு இல்லாத மன உறுதி யாருக்கு இருக்கப்போகிறது சக்கரவர்த்தி?

ஔரங்கசீப்: ஷா–இன்–ஷாமீது எனக்குள்ள பாசம் எனக்குத் தெரியும். அல்லாவுக்கும் தெரியும். பாசத்தை உள்ளடக்கி, தாளிட்டுப் பூட்டி வைத்திருக்கிறேன். ஒரு

பேரரசராக ஆண்டவர். வெறும் மனிதனாக மூலையில் உட்கார்ந்திருப்பதைப் பார்க்கும்போது நான் உடைந்து அவருடைய மகனாக அவர்முன் ஆகிவிடுவேனோ என்ற அச்சம் எனக்கு ஏற்படுகிறது.

(சில விநாடிகள் மௌனம்; யோசித்துக்கொண்டே உலவுகிறான்.)

ஔரங்கசீப்: ஷா-இன்-ஷாவின் மீது எனக்குள்ள பாசம் என்றதும் உங்களுக்கு வேடிக்கையாகத் தோன்றுகிறதா? இது வேடிக்கை இல்லை. இதுதான் உண்மை. அவருக்கு என்மீது பாசம் இருக்கிறதா? *(சில விநாடிகள் மௌனம்)* அப்பொழுது எனக்கு எட்டு வயது. என் தந்தை அவர் தந்தையிடம் போரில் தோற்றார். என் பாட்டன் என் தந்தையிடம் நன்னடத்தை ஜாமீனாக ஒரு பிள்ளையை அனுப்பும்படி கேட்டார். *(சில விநாடிகள் மௌனம். தாடை இறுகுகிறது)* என் தந்தை என்னை அனுப்பிவைத்தார். *(சற்று உரக்க)* காரணம் தெரியுமா? நான்தான் அவருக்கு வேண்டாத பிள்ளை!

கலீலுல்லா: உங்களை மட்டுமல்ல, உங்கள் அண்ணன் தாராவையும் அனுப்பிவைத்தார் என்று நான் கேள்விப்பட்டது தவறான செய்தியா ஆலம்கீர்?

ஔரங்கசீப்: *(கோபத்துடன்)* எப்போது? 'தாராதான் உனக்கு உயிருக்கு உயிரானவன். அவனை அனுப்பினால்தான் உன்னை நம்புவேன்' என்று பாட்டன் மறுபடியும் செய்தி விடுத்தபோது, என் பாட்டனும் என்னை வரவேற்கத் தயாராக இல்லை. என் தந்தையும் என்னைப் பந்தாடினார்.

இந்திரா பார்த்தசாரதி

எட்டு வயதில் எனக்கு ஏற்பட்ட இந்த அனுபவம்! என் தந்தைக்கு என்மீது பாசம் இருந்திருந்தால் இப்படிச் செய்திருப்பாரா? *(சில விநாடிகள் மௌனம்)* எட்டு வயதில் எனக்கு ஏற்பட்ட இந்த அனுபவம் அவர்பால் எனக்கு வெறுப்பைத்தானே உண்டாக்கியிருக்க வேண்டும்? பாசம் எங்கிருந்து வரும் என்று நீங்கள் கேட்கலாம். பாசமும் வெறுப்பும் அடிப்படையில் ஒன்றுதான். ஒன்று இன்னொன்றாக அடிக்கடி மாறும் ரசாயன அற்புதத்தை என்னால் விளக்க முடியவில்லை. *(சில விநாடிகள் மௌனம். பேசாமல் உலவுகிறான். வலப்பக்கம் திரும்பிப் பார்க்கிறான்.)*

ஔரங்கசீப்: இளவரசி ரோஷனாரா பேகம் என்னைக் காண வந்துகொண்டிருக்கிறாள். *(அங்கிருப்பவர்களிடம்)* நீங்கள் போகலாம்.

(எல்லாரும் போகிறார்கள். ரோஷனாரா வருகின்றாள். ஔரங்கசீப் தனக்கு வந்த லிகிதத்தை அவளிடம் கொடுக்கிறான். அவள் அதைப் படிக்கிறாள். ரோஷனாரா சிரிக்கிறாள்.)

ஔரங்கசீப்: ஏன் என்ன விஷயம்?

ரோஷனாரா: இந்தக் கடிதத்தைப் படித்தவுடன் நீ என்ன நினைத்தாய்?

ஔரங்கசீப்: தாராவோ ஓடிவிட்டான். கருஞ்சலவைக்கல் மஹல் கட்டுவதற்காகவாவது என்னுடன் சமரசம் செய்து கொள்ளலாம் என்று சக்கரவர்த்தி தீர்மானித்திருப்பார் என்று நினைத்தேன். அப்படித்தானே?

ரோஷனாரா: சமரசம்?! சக்கரவர்த்தி உன்னுடன் சமரசம் செய்துகொள்வார் என்று எதிர்பார்க்கிறாயா?

ஔரங்கசீப்: *கிழப்புலி வலிமை குன்றிக் குகையில் முடங்கிக் கிடக்கும்போது வேறு என்ன செய்ய முடியும்?*

ரோஷனாரா: *உன்னைக் குகைக்கு அழைத்து குகைக் கதவை அடைத்துவிடத் திட்டம். இது கூடவா உனக்குப் புரிய வில்லை?*

(ஔரங்கசீப் சிரிக்கிறான்.)

எதற்குச் சிரிக்கிறாய்?

ஔரங்கசீப்: *குகைக் கதவை அவ்வாறு தாளிட்டுவிட்டால் என் தளபதிகளும் போர் வீரர்களும் அதைப் பார்த்துக்கொண்டு சும்மா இருப்பார்கள் என்றா நினைக்கிறாய்?*

ரோஷனாரா: *(கேலிப் புன்னகையுடன்) தளபதிகளைப் பற்றியும் போர் வீரர்களைப் பற்றியும் பேசாதே. அவர்கள் உன் தளபதிகளாகவும் போர் வீரர்களாகவும் ஆனது எப்போது? அவர்களுக்கு மட்டும் விசுவாச உணர்ச்சி இருந்திருந்தால், இது நடந்திருக்குமா? உன்னைக் கொன்று விட்டார்கள் என்ற செய்தி வரட்டும். அப்பொழுது பார் அவர்களுடைய விசுவாசத்தை.*

ஔரங்கசீப்: *அப்படியானால் என்னைக் கொல்வதற்கான திட்டம் ஒன்று இருக்கிறது என்கிறாயா?*

ரோஷனாரா: *நான் உன்னை எச்சரிக்கை செய்ய வந்ததே அதற்காகத்தான். ஷா–இன்–ஷாவின் திட்டம் எனக்குத் தெரிந்தது எப்படி என்று கேட்காதே. இதுதான் உண்மை. கிழப்புலியை நாடிக் குகைக்குள் போகாதே. ஆபத்து காத்திருக்கிறது.*

இந்திரா பார்த்தசாரதி

ஔரங்கசீப்: *(கோபத்துடன்) உண்மையாகவா?*

ரோஷனாரா: *அல்லாவின் மீது ஆணையாகக் கூறுகிறேன்.*

ஔரங்கசீப்: *என் வெற்றியை அவரால் இன்னுமா ஜீரணித்துக் கொள்ள முடியவில்லை?*

ரோஷனாரா: *உன்னை அவர் ஏற்றுக்கொள்ளவே மாட்டார். இதை என்னால் உறுதியாகச் சொல்ல முடியும். நீ அவருடைய இனிய கனவைக் கலைத்தவன். அவருடைய அருமை மகனை ஆக்ராவிலிருந்து விரட்டியவன். வேறென்ன வேண்டும்?*

ஔரங்கசீப்: *(கோபத்துடன்) அருமை மகன். ஆக்ராவில் மட்டுமல்ல, அவன் எங்கு சென்று ஒளிந்துகொண்டாலும் அவனை வேட்டையாடிக் கொல்வேன். எனக்கும் தந்தைக்குமிடையே பரஸ்பர வெறுப்பு உண்டானதற்கே அவன்தான் காரணம். அவர் இப்பொழுது என்னைக் கொல்லவும் துணிந்து விட்டார். இனி என்னால் பொறுத்துக்கொண்டிருக்க முடியாது. அவரைக் கைது செய்துதான் ஆக வேண்டும். சமரசம் செய்துகொள்ள அழைத்தார் என்று நினைத்தேன். என்ன நயவஞ்சகம். ஷா–இன்–ஷா உங்களுக்கு நான் என்ன செய்துவிட்டேன். ஏன் இந்த பாரபட்சம்?*

ரோஷனாரா: *ஷா–இன்–ஷா உன் கதையை இங்கு முடித்து விட்டால், தாரா ஒரு சைன்யத்துடன் தில்லியிலிருந்து வந்தானானால் ஔரங்கசீப் என்று ஒருவன் இருந்தான் என்பதையே உன் தளபதிகளும் போர் வீரர்களும் மறந்து விடுவார்கள். வெற்றியைப் போல் வெறி தருவது எதுவுமில்லை என்பதை நன்கு உணர்ந்தவர்கள் ஹிந்துஸ்தானத்து அரசியல் தலைவர்கள்.*

ஔரங்கசீப்: தில்லியிலிருந்து தாராவைக் கைதுசெய்து வர ஒரு பெரும் சைனியம் போயிருக்கிறது. தாராவுக்கு உதவி செய்பவர்கள் தேசத் துரோகிகளாகக் கருதப்படுவார்கள் என்று எச்சரிக்கையும் விடுத்திருக்கிறேன். தாராவால் தில்லியில் ஓர் உதவியும் எதிர்பார்க்க முடியாது. (சில விநாடிகள் மௌனம் – கோபத்துடன்) ஆனால் பின் என்னைக் கொல்ல வேண்டும் என்று திட்டம் வகுத்திருக்கிறார் சக்கரவர்த்தி!

ரோஷனாரா: மேலும் ஷுஜா, உன்னைச் சக்கரவர்த்தியாக ஏற்றுக்கொள்ளப் போவதில்லை. அதற்கும் நீ தயாராக இருக்க வேண்டும். தாரா ஒருவேளை ஷுஜாவின் உதவியை நாடலாம்.

ஔரங்கசீப்: தாராவால் தில்லியைவிட்டுக் கிழக்கே போக முடியாது சகோதரி! அவனுக்காக என் படைகள் சையத் முகமது கான் தலைமையில் காத்துக்கொண்டிருக்கின்றன. இப்பொழுதுதான் தாராவின் மகனால் தோற்கடிக்கப் பட்டிருக்கிறான் ஷுஜா. அவன் இந்தத் தோல்வியிலிருந்து மீள இன்னும் ஒரு வருஷமாவது ஆகும். அவனைப் பிறகு பார்த்துக்கொள்ளலாம். மூரத்தும் ஒழிந்தான்.

ரோஷனாரா: மூரத்தை நீ கொன்றிருக்க வேண்டாமென்று தோன்றுகிறது. மக்கள் உன்னை மன்னிக்காவிட்டால்?

ஔரங்கசீப்: மதுவும் மங்கையும் தவிர வாழ்க்கையில் வேறு சுகமே கிடையாது என்று நினைக்கும் ஒருவனுக்கு நாட்டை ஆள வேண்டுமென்ற அரசியல் ஆசைகள் வேறு வந்துவிட்டால், அவனைக் கொல்லாமல் விட்டுவைப்பது, சமுதாயத் தர்மமன்று சகோதரி!

ரோஷனாரா: நாட்டை ஆளுகின்ற உனக்கு இவ்வளவு தீவிர விருப்பு வெறுப்புகள் இருக்கலாமா?

ஔரங்கசீப்: என் தீவிர விருப்பு வெறுப்புகளின் காரணமாகத்தான் எப்படியாவது பட்டம் பெற வேண்டும் என்ற தீர்மானத்துக்கு நான் வந்தேன் தெரியுமா? எல்லா நிலைகளிலும் அவல நிலை அடைந்திருக்கும் ஹிந்துஸ்தானைச் சீர்திருத்த வேண்டிய பொறுப்பு என்னிடம்தான் இருக்கிறதென்பதை நான் உணர்கிறேன். ஒரே மொழியைப் பேசி, ஒரே மதத்தைப் பின்பற்றுகின்ற பெரிய தேசமாக ஹிந்துஸ்தான் ஆக வேண்டும் என்பதுதான் என் கனவு. நான் சக்கரவர்த்தியானால்தான் இக்கனவை என்னால் நிறைவேற்ற முடியும்.

ரோஷனாரா: உன் கனவை என்னால் புரிந்துகொள்ள முடிகிறது. ஆனால் இதை நிறைவேற்ற வேண்டுமென்றால்...

ஔரங்கசீப்: (இடைமறித்து) நிறைவேற்றியே தீருவேன். எப்படி என்று கேட்காதே. முடிவுதான் முக்கியமேயன்றி வழியைப் பற்றி அலட்டிக்கொள்வது முட்டாள்தனம். இப்பொழுது ஷா–இன்–ஷாவைக் கைது செய்தாக வேண்டும்.

(அவன் கைகளைத் தட்டுகிறான். ஒரு வீரன் வந்து அவனை வணங்குகிறான்.)

ஔரங்கசீப்: கலீலுல்லா கான், இஸ்லாம் கான் ஆகிய இருவரையும் நான் கூப்பிட்டதாகச் சொல். *(வீரன் வணங்கிவிட்டுப் போகிறான்.)*

ரோஷனாரா: ஷா–இன்–ஷாவைக் கைது செய்து எங்கே வைக்கப் போகிறாய்?

ஒளரங்கசீப்: ஆக்ராவில்தான். நான் தில்லிக்குச் செல்லப் போகிறேன். இருவரும் ஒரே இடத்தில் இருக்க முடியாது.

ரோஷனாரா: அவரைத் தில்லிக்கு அனுப்பிவிட்டால்...

ஒளரங்கசீப்: அவர் நம் அன்னையுடன் வாழ்ந்த நாட்களை இப்பொழுது எண்ணி அசைபோட விரும்புவார். அவர் ஆக்ராவில் இருந்தால்தான் இது முடியும். கடைசிக் காலத்தில் அவரை அவருடைய நினைவுகளினின்றும் பிரிப்பது மிகவும் பெரிய கொடுமை.

(கலீலுல்லா கான், இஸ்லாம் கான் இருவரும் வருகிறார்கள்.)

ஒளரங்கசீப்: ஷா–இன்–ஷாவை உடனே கைது செய்யுங்கள். அவர் யாருடனும் தொடர்பு கொள்ளக்கூடாது. அவர் இருக்குமிடத்துக்கும் என் அனுமதியின்றி யாரும் போகக் கூடாது. என் தந்தை என்ற முறையில் அவருக்கு உரிய மரியாதைகளும் வசதிகளும் குறையாமலிருத்தல் வேண்டும். இக்கட்டளையை மீறுபவர்கள் யாராயிருந்தாலும் அவர்களுக்குக் கொலைத் தண்டனை.

கலீலுல்லா: தங்கள் உத்தரவு ஆலம்கீர்!

(அவன் வணங்குகிறான். இருவரும் போக முயலும்போது,)

ஒளரங்கசீப்: இன்னொரு விஷயம்! (அவர்கள் திரும்புகிறார்கள்) ஷா–இன்–ஷா, ஜஹனாரா தம் கூட இருக்க வேண்டுமென்று வற்புறுத்தினால் அவள் இருந்துவிட்டுப் போகட்டும்.

(இருவரும் மறுபடியும் வணங்கிவிட்டுப்போகிறார்கள்.)

ஒளரங்கசீப்: (எழுந்துகொண்டே) ரோஷனாரா பேகம்தான் இந்த இஸ்லாமியப் பேரரசின் முதல் சீமாட்டி.

ரோஷனாரா: *(சிரித்துக்கொண்டே)* உணர்ச்சி வசப்பட்டு எதையும் சொல்லாதே. உன் மனைவிகள் இதைக் கேட்டால் உன்னைச் சும்மா விட மாட்டார்கள்.

ஔரங்கசீப்: என் மீதுள்ள குற்றச்சாட்டு நான் சுலபமாக உணர்ச்சி வசப்படுவதில்லை என்பதுதான். நான் மிகவும் ஆராய்ந்துதான் இம்முடிவுக்கு வந்திருக்கிறேன் சகோதரி. நம் அன்னை போனபிறகு, ஜஹனாரா அனுபவித்த ஸ்தானம் இனி உன்னுடையது. உன்னுடன் ஆலோசிக்காமல் நான் எந்த முடிவும் எடுக்க மாட்டேன். அல்லாவின்மீது ஆணை.

ரோஷனாரா: இப்பொழுதுதான் என் மனம் குளிர்ந்தது. ஜஹனாராவின் ஆதிக்கம் இனி இருக்கப் போவதில்லை என்பது நான் அறிந்தவற்றிலேயே மிகவும் மகத்தான செய்தி!

காட்சி–3

(திரை விலகியதும் மேடைப் பகுதியை மறைத்துக்கொண்டு ஒரு திரை தொங்குகிறது. அதற்கு முன்னால் தாரா சோகத்துடன் உலவிக்கொண்டிருக்கிறான். அவனருகில் மெய்க்காப்பாளன் குல்மொஹம்மத் எந்தவித உணர்ச்சியும் இல்லாமல் சிலை மாதிரி நிற்கிறான். மாலை வேளை சில விநாடிகளுக்குப் பிறகு…)

தாரா: *(விரக்திப் புன்னகையுடன்)* இனி நான் எதற்காக வாழ வேண்டுமென்று புரியவில்லை மகம்மத்?

(மொஹம்மத் ஒன்றும் பேசாமல் நிற்கிறான். சில விநாடிகள் மௌனம்.)

நாதிரா பானுவும் போய்விட்டாள். ஒரு சாம்ராஜ்ஜியத்தின் பட்ட மஹிஷியாக இருக்க வேண்டியவள், என்னை மணந்ததனால் ஏற்பட்டிருக்கிற துர்ப்பாக்கியங்களைப் பார். இங்கே வனாந்தரத்தில் அனாதையாக இறந்துகிடக்கிறாள். திருமணம் ஆனதிலிருந்து இவள் என்னை விட்டு ஒரு நிமிஷம் கூடப் பிரிந்ததில்லை. எனக்குப் பணிவிடைகள் செய்ய வேண்டுமென்பதற்காகப் போர்க்களங்களுக்குக்கூட வந்திருக்கிறாள். நாதிரா! நான் இவ்வளவு அன்புக்கு அருகதை உடையவனா?

(உலவிக்கொண்டே சில விநாடிகள் மௌனம்.)

தாரா: ஹிந்துஸ்தானின் எல்லைப்புறத்தில் இவள் சமாதி இருக்கக்கூடாது. இவள் சமாதி ஹிந்துஸ்தானில்தான் இருக்க வேண்டும். லாஹோரில், மியான்மீரின் சமாதிக்கருகே இவள் சமாதி இருந்தால்தான் என் மனம் சமாதானம் அடையும். இவள் உடலை லாகூருக்கு எடுத்துச் செல்ல உன்னால் முடியுமா மகம்மத்?

மகம்மத்: எடுத்துச் செல்வதைப் பற்றி எனக்குத் தடையில்லை. ஆனால் உங்களுக்குப் பாதுகாவல் சக்கரவர்த்தி.

தாரா: *(வறண்ட சிரிப்புடன்)* எனக்கு இனிமேல் எதற்குப் பாதுகாவல்? என் போராட்டம் முடிந்துவிட்டது. இவளுடைய சமாதியிலேயே என் கனவுகளையும் லட்சியங்களையும் புதைத்துவிடு. நான் இப்பொழுது வெறும் மனிதன். என்னுடன் விதி ஆடிய சதுரங்க ஆட்டத்தில் நான் எல்லாவற்றையும் தோற்றுவிட்டேன். விதி எப்பொழுது கடைசிக்காயை நகர்த்தி என்னை

மடக்கப்போகிறது என்பதற்காகக் காத்திருக்கிறேன். இது எப்பொழுது வேண்டுமானாலும் நேரலாம் மகம்மத்.

மகம்மத்: நான் உங்களுக்கு அறிவுரை கூறுவதாக நினைக்காதீர்கள். ஆனால் நான் ஒன்று கூற விரும்புகிறேன்.

தாரா: என்ன?

மகம்மத்: உங்களுடைய பாட்டனாருக்குப் பாட்டனார் ஹுமாயூன் எவ்வளவு கஷ்டப்பட்டார் என்பது உங்களுக்குத் தெரிந்ததுதான். ஆனால் இறுதியில் அவரால் நாட்டை மீண்டும் கைப்பற்ற முடிந்தது. இதற்கு என்ன காரணம்? விரக்தி அடைந்துவிடாமல் மேலும் மேலும் அவர் முயற்சி செய்ததுதான்.

தாரா: (இடைமறித்து) ஹுமாயூன் செய்த அதிர்ஷ்டம் ஷர்ஷா சூரி சீக்கிரமே செத்துவிட்டான். ஆனால் ஔரங்கசீப் இன்னும் சாகவில்லை. மகம்மத், நான் போர்த்திறமை யிலும் ராஜதந்திரத்திலும் அவனுக்கு ஈடில்லை என்பதை இவ்வளவு போராட்டங்களுக்குப் பிறகு தெரிந்து கொண்டேன். தோல்வி அடக்கத்தைக் கற்றுத்தராவிட்டால், தோல்வி அடைவதனால்தான் என்ன பிரயோசனம்?

மகம்மத்: உங்களை ஏன் இப்படிக் குறைத்து மதிப்பிட்டுக் கொள்கிறீர்கள் சக்கரவர்த்தி? நீங்கள் எல்லா விதத்திலும் ஔரங்கசீப்பைக் காட்டிலும் உயர்ந்து விளங்குகிறீர்கள். ஆனால்...

தாரா: (இடைமறித்து) ஆனால்... இது மிகப்பெரிய 'ஆனால்' மகம்மத்! மிகப்பெரிய 'ஆனால்!' ராஜதந்திரத்தில் ஔரங்கசீப்புக்கு இணையே கிடையாது. இதை நான்

ஒப்புக்கொண்டுதான் ஆகவேண்டும். எத்தனை சாகசங்கள் செய்திருக்கிறான்!

மகம்மத்: ஷா–நவாஸ்–கான் விவகாரத்தில் உங்களை அவர் ஏமாற்றினாரே, அதை ராஜதந்திரம் என்கிறீர்களா? தம்மை ஓர் உண்மையான முஸல்மான் என்று அவர் சொல்லிக்கொள்கிறாரே, ஓர் நேர்மையான முஸல்மான் செய்யக்கூடிய காரியமா அவர் செய்தார்? தன்னை உங்களுக்கு அப்படியே அர்ப்பணித்துக்கொண்டு, பணி புரிந்த ஷா–நவாஸ்–கான் உங்களைக் காட்டிக்கொடுக்க முயன்றதுபோல் ஒரு கடிதம் எழுதி, அது உங்கள் கையில் சிக்கும்படியாகச் செய்த அந்த ஈனத்தனமான செயலை ராஜதந்திரம் என்றா கூறுகின்றீர்கள்? அந்தக் கடிதத்தை உண்மையென்று நம்பி நீங்கள் அப்பொழுது ஷா–நவாஸிடம், 'நீ ஔரங்கசீப்பிடம் பணிபுரிய விரும்பினால் போகலாம்' என்று கூறினீர்களே இந்தப் பெருந்தன்மைக்கு ஈடுஇணை கிடையாது சக்கரவர்த்தி! கிடையவே கிடையாது. உங்கள் இடத்தில் ஔரங்கசீப் இருந்திருந்தால்? யோசித்துப் பாருங்கள்! 'ஷா நவாஸின்' கதை முடிந்திருக்கும்.

தாரா: எது நிகழ்காலப் பலனைத் தருகிறதோ, அதுதான் நியாயம் என்பது அரசியல் தர்மமாகிவிட்ட இந்நாளில், மனிதன் என்ற முறையில் நான் உயரலாம். ஆனால் நாட்டை ஆளும் தகுதி எனக்கில்லை மகம்மத். இது ஒரு கசப்பான உண்மை. ஜீரணித்துக்கொள்வதைத் தவிர வேறு வழியில்லை. என்னை உயிருக்குயிராக நேசித்தவர்களின் கதியைப் பார். சக்கரவர்த்தியும் என் அருமைச் சகோதரி ஜஹனாராவும் சிறையில் இருக்கிறார்கள். ஷா நவாஸ் கான் போரிட்டு உயிர் துறந்தான். என் குருநாதர் சர்மத்தைக் கொன்று

விட்டார்கள். (சில விநாடிகள் மௌனம்) மகம்மத் நான் ஒன்று கூறுகிறேன் கேட்பாயா?

மகம்மத்: கூறுங்கள் சக்கரவர்த்தி.

தாரா: என்னை 'சக்கரவர்த்தி' என்று அழைப்பதை விட்டுவிடு. நான் இப்பொழுது இருக்கும் நிலையில் அது எனக்குக் கிண்டலாகப்படுகிறது.

மகம்மத்: நிச்சயமாக நீங்கள் ஔரங்கசீப்பை முறியடித்துப் பட்டம் பெறப்போகிறீர்கள். இதைப்பற்றி எனக்குச் சந்தேகமே இல்லை. ஔரங்கசீப்பின் ஆட்சியை மக்கள் விரும்ப மாட்டார்கள்!

தாரா: (இடைமறித்து) மக்கள்... மக்களைப் பற்றி மறுபடியும் என்னிடம் பேசாதே. மக்களிடம் பிரபலமாக இருப்பது என்பது வெறும் மாயை. விலைமகள் ஒருவனைக் காதலிக்கிறாள் என்று சொல்வதற்கும் இதற்கும் வித்தியாசம் இல்லை. கோஷங்களை இலட்சியங்களாக எண்ணி மயங்கி, ஒரு மானசீகப் பொற்காலத்தை எதிர்பார்த்துக் கொண்டிருக்கும் ஆட்டு மந்தைக் கூட்டம்தான் இந்நாட்டு மக்கள். இந்தப் பஞ்சுப் பொதிகளை என் பக்கபலமாக நினைத்து நான் ஏமாந்தேன். ஆள்கின்றவர்கள் வீசியெறி கின்ற சில ரொட்டித் துண்டுகளுக்காக மனச்சாட்சியை விற்கும் சுயநலவாதிகளாக இன்றைய அறிவாளிகள் இருக்கும்போது, கல்வி அறிவு இல்லாத மக்களை நொந்து என்ன பயன்? நான் எதற்காக, எதை நம்பி, ஹிந்துஸ்தானில் வாழ வேண்டும் என்று எனக்குப் புரியவில்லை. நான் ஹிந்துஸ்தானத்துக்குத் திரும்பி வர மாட்டேன். சத்தியத்தைக் கொன்று அதை ஜமுனா நதிக்கரை ஓரம் புதைத்துவிட்ட

ஔரங்கசீப் 81

இந்நாட்டு மக்களின் எதிர்காலம்? ஔரங்கசீப்புகள்தான். ஹிந்துஸ்தானின் தலைவிதியை யாரால் மாற்ற முடியும்?

மகம்மத்: ஹிந்து மதத்தையும் ஹிந்துஸ்தானையும் மிகவும் நேசித்த உங்களுக்கு இவ்வளவு வெறுப்புணர்ச்சி ஏற்பட வேண்டுமென்றால்?

தாரா: *(இடைமறித்து)* ஹிந்து மதத்திடமோ அல்லது ஹிந்துஸ்தானத்திடத்தோ எனக்கு வெறுப்புணர்ச்சி ஏற்பட்டிருப்பதாகச் சொல்லாதே. ஒரு பெரிய கருத்துப் பாரம்பர்யத்துக்கு அருகதையுடைய வாரிசுகளாக இந்நாட்டு மக்கள் இல்லையே என்ற வருத்தத்தினால் பேசுகிறேன். வெறுப்பினால் அல்ல. வீரத்துக்கும் தியாகத்துக்கும் பேர் போனவர்கள் ராஜபுத்திரர்கள் என்று சரித்திரம் கூறுகிறது. ஆனால் இப்பொழுது நாம் ஜஸ்வந்த் சிங்குகளையும் ஜெய் சிங்குகளையும்தான் பார்க்கிறோம். ஜஸ்வந்த் சிங் இதுவரை நாலு தடவை கட்சி மாறியிருக்கிறான். அற்பச் சலுகைகளுக்காக நாட்டையே அந்நியர்களுக்கு விலைக்கு விற்கத் தயங்க மாட்டார்கள் இந்நாட்டுத் தலைவர்கள். வியாபாரச் சலுகை கோரி வந்திருக்கும் இந்த ஐரோப்பிய வணிகர்கள் பின்னொரு காலத்தில் இந்த நாட்டையே விலைக்கு வாங்கினாலும் நான் ஆச்சரியப்பட மாட்டேன். *(சில வினாடிகள் பேசாமல் உலவுகிறான்)* நான் உன்னை ஒன்று கேட்கலாமா என்று ஆரம்பித்தேன். ஆனால் நீ பேச்சின் திசையையே மாற்றிவிட்டாய்.

மகம்மத்: உங்களைச் சக்கரவர்த்தி என்று அழைக்கக் கூடாது என்றீர்கள்.

இந்திரா பார்த்தசாரதி

தாரா: அது அல்ல நான் சொல்ல வந்த விஷயம், மற்றொன்று. நீ லாகூருக்குச் சென்று நாதிராவுக்கு உரிய மரியாதையைச் செய்த பிறகு ஔரங்கசீப் பக்கம் சேர்ந்துவிடு.

மகம்மத்: (பதற்றத்துடன்) என்ன சொல்லுகிறீர்கள் அரசே! ஔரங்கசீப் பக்கம் நான் சேருவதா அது ஒருநாளும் நடக்காது.

தாரா: அசட்டுத்தனமான விசுவாசம் எதற்கு மகம்மத்? சொல்வதைக் கேள். என்னுடன் யாரும் தங்கியிருக்கக் கூடாது. மற்றவர்களையும் அழைத்துக்கொண்டு போய்விடு. எல்லாரும் ஔரங்கசீப்பைச் சரணடையுங்கள்.

மகம்மத்: நீங்கள் தன்னந்தனியாக...

தாரா: (இடைமறித்து) வழக்காடாதே. சொல்வதைக் கேள். இது என் கட்டளை. என்னை நேசித்ததினால் இன்னலுக்குள்ளானவர்களின் பட்டியல் நீளக் கூடாது.

மகம்மத்: நீங்கள் எங்கே போகப் போகிறீர்கள்?

தாரா: மாலிக் ஜீவனிடம் மகம்மத்.

மகம்மத்: மாலிக் ஜீவன் யார் அவர்?

தாரா: முன்னொரு சமயம் ஏதோ ஒரு குற்றத்துக்காக மாலிக் ஜீவனுக்குத் தூக்கு தண்டனை விதித்திருந்தார்கள். அவனைப் பார்க்கும்போது எனக்குப் பரிதாபமாக இருந்தது. ஷா-இன்-ஷாவிடம் அவனுக்காகப் பரிந்து பேசி விடுதலை வாங்கித் தந்தேன். அவன் இங்குதான் பக்கத்தில் இருக்கிறான். அவனுடன் நான் சில நாள்கள் தங்க வேண்டுமென்பது அவன் விருப்பம். என்னை அழைத்துச் செல்ல வந்துகொண்டிருக்கிறான். அவனுடன் சில

நாள்கள் தங்கிவிட்டு, *(யோசிக்கிறான்)* அதற்குப் பிறகு பார்த்துக்கொள்ளலாம் என்ன செய்யலாம் என்று!

மகம்மத்: நாங்கள் எல்லாரும் போய்த்தான் ஆக வேண்டுமா சக்கர... *(மேலே பேசாமல் நிறுத்திவிடுகிறான்)*

தாரா: *(புன்னகையுடன்)* சக்கரவர்த்தியை விட்டு எல்லாரும் போய்த்தான் ஆக வேண்டும். நான் இனி ஆறடி மண்ணுக்குத்தான் சக்கரவர்த்தி *(உணர்ச்சியுடன்)*. நாதிராவின் உடலை லாகூருக்கு எடுத்துக்கொண்டு போ. உடைமைகள் அனைத்தையும் பறிகொடுத்துவிட்டு நிற்கும் நான் ஒரு சாம்ராஜ்ஜியத்தின் **முடிசூடா மன்னன்** *(சிரிக்கிறான்)*. **முடிசூடா மன்னன்** *(மீண்டும் சிரிப்பு.)* சாம்ராஜ்ஜிய பட்ட மகிஷி இறந்துகிடக்கும்போது கண்கள் வறண்டு கண்ணீரும் வற்றிப்போன வறுமை நிலையையா நான் அடைய வேண்டும்? **சாம்ராஜ்ஜியத்தின் முடிசூடா மன்னன்** *(பெரிதாகச் சிரிக்கிறான். மகம்மத் அவனைப் பார்த்துக்கொண்டே சிறிது நேரம் நிற்கிறான். பிறகு போகிறான். தாரா சிரிப்பை நிறுத்திவிட்டு யோசித்துக் கொண்டே உலவுகிறான். குதிரைகள் செல்லும் சத்தம் சில விநாடிகள் கேட்டுக்கொண்டே இருக்கிறது. கொஞ்சம் கொஞ்சமாகத் தேய்ந்து மறைகிறது. தாரா கைகளைக் கட்டிக்கொண்டு வெட்டவெளிப் பார்வையில் ஆழ்ந்திருக்கிறான்.)*

தாரா (குரல்): எல்லாரும் போய்விட்டார்கள்! நான் இனி தனி. நான் எங்கே போகப்போகிறேன்? எங்கே வந்தேன்... ஏனென்று அறிந்தா நதி ஓடிக்கொண்டிருக்கிறது? எங்கே என்று தெரிந்தா இளங்காற்று பாலையில் வீசுகிறது.

கண்ணுக்குப் புலப்படாத திரைச்சீலை, சாவி தொலைந்து போன நிலைக் கதவு! ஒன்றுமே எனக்குப் புரியவில்லை. ஹிந்துக்கள் சொல்வது உண்மைதான்! நிலையில்லாதது எதுவுமே மாயைதான். சீசர் ரத்தம் சிந்திய இடத்தில் மலர்ந்த ரோஜாப்பூ எவ்வளவு சிவப்பாக இருக்கிறது!

எல்லாம் இங்கோர் சூதாட்டம்
இரவும் பகலும் மாறாட்டம்
வல்லான் விதியே ஆடுமகன்
வலியில் மனிதர் கருவிகளாம்
சொல்லா தெங்கும் இழுத்திடுவான்
ஜோடி சேர்ப்பான், வெட்டிடுவான்
செல்லாதாக்கி ஒவ்வொன்றாய்த்
திரும்ப அறையில் இட்டிடுவான்

(அப்பொழுது மாலிக் ஜீவன் வருகிறான். நல்ல உயரம். எல்லைப்புறத்தைச் சேர்ந்தவன் என்பதற்குரிய கட்டுமஸ்தான சரீரம். அவன் தாராவை வணங்குகிறான்.)

தாரா: மாலிக் ஜீவன்! *(அவன் தலையசைக்க தாரா அவனைத் தழுவிக்கொள்கிறான்)* இப்பொழுது உனக்கு ஒன்றும் வழங்குவதற்கில்லை. இந்நிலையில் நீ என்னைப் பார்க்க வந்திருப்பது, செய்ந்நன்றியறிதல் என்ற பண்பு உலகிலிருந்து இன்னும் அடியோடு போய்விடவில்லை என்ற நம்பிக்கையைத் தருகிறது.

மாலிக்: என் உயிரை எனக்கு அளித்திருக்கிறீர்கள். எனக்கு வேறென்ன வேண்டும் ஷா-இன்-ஷா?

தாரா: ஷா-இன்-ஷா! உண்மையான ஷா-இன்-ஷா சிறையில் வாடுகிறார். அந்தப் பெயரால் என்னை அழைத்து ஏளனம் செய்யாதே.

மாலிக்: மன்னியுங்கள். உங்களை ஏளனம் செய்ய வேண்டுமென்று நான் அப்படி அழைக்கவில்லை. எனக்கு நீங்கள்தான் பேரரசர். வேறு எவரையும் நான் சக்கரவர்த்தியாக ஏற்றுக்கொள்ள மாட்டேன்.

தாரா: (புன்னகையுடன்) நான் வெறும் மனோராஜ்ஜியத்துக்குத்தான் பேரரசர். நீ அங்கு பிரஜையாக வர விரும்புகிறாயா...?

மாலிக்: நான் உங்கள் அடிமை. நீங்கள் என்னை என்ன வேண்டுமானாலும் கட்டளையிடலாம்.

தாரா: அப்படியானால் உன்னிடம் நான் இரண்டு விஷயங்கள் கேட்டுக்கொள்ள விரும்புகிறேன். ஒன்று, என்னை ஷா–இன்–ஷா என்று அழைக்காதே. இரண்டு, நான் ஹிந்துஸ்தானத்திலிருந்து வெளியேற வழி செய்ய வேண்டும்.

மாலிக்: (திடுக்கிட்டு) ஹிந்துஸ்தானத்தை விட்டு வெளியேறப் போகின்றீர்களா? அது ஒருநாளும் நடக்காது. நீங்கள் பட்டம் ஏறுவதற்காகத்தான் இந்நாட்டிலுள்ள கணக்கற்ற மக்கள் விரும்புவார்கள். சக்கரவர்த்தி ஔரங்கசீப்பை எங்கள் அரசர் என்று நாங்கள் அவ்வளவு சுலபமாக ஒப்புக்கொண்டு விடுவோமா?

தாரா: எதைத் தவிர்க்க முடியாதோ அதை ஏற்றுக்கொண்டுதான் ஆக வேண்டும். நீ ஔரங்கசீப்பை அரசனாக ஏற்றுக் கொள்ள முடியாது என்று புரட்சி செய்தாயானால், ஔரங்கசீப் உனக்குத் தூக்குத் தண்டனை கொடுக்கத் தயங்க மாட்டான். உன்னை அத்தண்டனையிலிருந்து தப்புவிக்க அங்கு ஒரு தாரா இருக்கப் போவதில்லை.

ஔரங்கசீப்பினிடம் அவன் தந்தையின் மன்னிக்கும் மனப்பான்மையையும் நீ எதிர்பார்க்க முடியாது!

மாலிக்: நீங்கள் மீட்டுத் தந்த உயிரை உங்களுக்கே நான் அர்ப்பணம் செய்யத் தயாராக இருக்கிறேன் பிரபு.

தாரா: அவ்வளவு மதிப்புடையதல்ல என் உயிர். மாலிக், சொல்வதைக் கேள். நான் சில நாள்கள் உன்னுடன் தங்கிய பிறகு ஹிந்துஸ்தானத்தை விட்டே புறப்பட்டுச் செல்லவிருக்கிறேன். நீ இதற்கு உதவி செய்தால் போதும்.

மாலிக்: உங்கள் உயிர் மதிப்புடையதல்ல என்று யார் சொன்னார்கள்?

தாரா: அரசியல் பலப்பரீட்சையில் தோற்றுப் போனவனுக்கு என்ன மதிப்பு இருக்கப்போகிறது மாலிக்?

மாலிக்: *(சற்று உரக்க)* என்ன மதிப்பா? இதோ பாருங்கள்.

(கைகளைத் தட்டுகிறான். இரண்டு படை வீரர்கள் திடீரென்று பாய்ந்துவந்து தாராவைச் சங்கிலியால் பிணித்துக் கைது செய்கிறார்கள். தாரா ஒன்றும் புரியாமல் திகைக்கிறான்)

மாலிக்: உங்கள் மதிப்பு இப்பொழுது புரிந்ததா? ஔரங்கசீப்பிடம் உங்களை நான் ஒப்படைக்கும்போது அவர் எனக்கு எவ்வளவு வெகுமதி தரப்போகிறார் என்று எண்ணிப் பாருங்கள்! உங்களுடைய உயிருக்கு மதிப்பில்லை என்று யார் சொன்னார்கள்?

தாரா: *(வறட்சிப் புன்னகையுடன்)* ஹிந்துஸ்தானில் நன்றியுடையவர்களே இல்லை என்று நான் அவசரப்பட்டு முடிவுக்கு வந்துவிட்டேனோ என்று சற்று முன்னால்

ஔரங்கசீப்

உன்னைப் பார்த்தபோது எனக்குத் தோன்றிற்று. அது அவசர முடிவல்ல என்று இப்பொழுது எனக்குப் புரிகிறது. உன் உயிரை இறைவன் என் மூலமாக எதற்காகக் காப்பாற்ற வைத்திருக்கிறான் என்பதை இப்பொழுதுதான் நான் உணர்கிறேன் மாலிக்!

மாலிக்: நான் பணத்துக்காகவோ அல்லது ஔரங்கசீப்பின் நன்மதிப்பைப் பெறுவதற்காகவோ உங்களைக் காட்டிக் கொடுக்க முன்வந்தேன் என்று நினைக்காதீர்கள். ஔரங்கசீப் கூறுவது போல் நீங்கள் இஸ்லாமியத் துரோகி. நான் உங்களைக் கைதுசெய்ய நேர்ந்தது பற்றிப் பெருமைப்படு கிறேன். இது நான் இஸ்லாமுக்குச் செய்திருக்கும் மகத்தான தொண்டு.

தாரா: (புன்னகையுடன்) பணத்துக்காகக் காட்டிக் கொடுத்தேன் என்று சொன்னாயானால் உன் நேர்மையை நான் பாராட்டுவேன். ஏன் கொள்கைப் போர்வைக்குள் புகுந்து கொள்கிறாய்? எல்லைப்புறத்தில் முரட்டு மனிதனாக நடமாடும் உனக்கு, யார் இந்த 'அரசியல் தத்துவம்' கற்றுத் தந்தார்கள்?

மாலிக்: ஹிந்துஸ்தானத்தை விட்டு வெளியேறி பர்ஸிய மன்னரிடம் உதவி கோர வேண்டுமென்பதுதானே உங்கள் திட்டம்? நல்ல வேளை என் கையில் வந்து சிக்கினீர்கள். ஹிந்துஸ்தானை அல்லாதான் காப்பாற்றினார்!

தாரா: ஹிந்துஸ்தானை அல்லாவினால்கூடக் காப்பாற்ற முடியாது என்பது என் அபிப்பிராயம்! எதற்காகத் தாமதம் செய்கிறாய்? என்னைத் தில்லிக்கு அழைத்துச் செல்; வரத் தயாராக இருக்கிறேன்.

இந்திரா பார்த்தசாரதி

மாலிக்: ஜெய் சிங்குக்குச் சொல்லியனுப்பியிருக்கிறேன். உங்களைத் துரத்திக்கொண்டு வந்த அவர் இங்குதான் பக்கத்தில் இருக்கிறார். அவரும் வந்த பிறகு போகலாம். அருமைச் சகோதரரைப் பார்க்க இவ்வளவு அவசரமா?

தாரா: நன்றிகெட்ட நயவஞ்சகர்களைச் சேர்ந்தாற்போல் பார்த்தால் என் இதயம் தாங்காது. ஔரங்கசீப்பின் அவையைச் சென்றடைவதற்கு முன்னாலேயே நான் இறந்தாலும் இறந்துவிடலாம். ஆகவே உங்களை நான் ஒவ்வொருவராகப் பார்ப்பதுதான் உங்களுக்கும் நல்லது என்று எனக்குத் தோன்றுகிறது. என்னை உயிருடன் அழைத்துச் சென்றால்தானே உங்களுக்கும் அதிக வெகுமதி கிடைக்கும்?

மாலிக்: ஷா–இன்–ஷாவின் சகோதரர் என்பதற்காகப் பார்க்கிறேன். கொஞ்சம் ஜாக்கிரதையாகப் பேசுங்கள்.

தாரா: ஔரங்கசீப்பின் பெருமையை நான் இப்போதுதான் உணர்ந்துகொண்டேன்.

மாலிக்: என்ன சொல்கிறீர்கள்?

தாரா: நீ, ஜஸ்வந்த் சிங், ஜெய் சிங், கலீலுல்லா கான் ஆகிய எல்லாருமாகச் சேர்ந்து ஔரங்கசீப்பை மிகவும் நல்லவனாக்கி விட்டீர்கள். ஔரங்கசீப் எனக்கு நம்பிக்கைத் துரோகம் செய்யவில்லை. பகிரங்கமாகவே தன்னை என்னுடைய எதிரி என்று சொல்லிக்கொண்ட நாணயந்தான் அவனது பெருமை.

மாலிக்: ஔரங்கசீப்பை இப்படிப் பாராட்டிப் பேசினால் அவர் உங்களை விட்டுவிடுவார் என்று எதிர்பார்க்கிறீர்களா?

தாரா: (சீறுகிறான்) அடச்சீ! என் உயிரைப் பற்றி நான் கவலைப்படவில்லை. ஹிந்துஸ்தானத்தைப் பற்றித்தான் நான் கவலைப்படுகிறேன். அந்தந்த கணத்துச் செளகரியத்தைச் சொர்க்கமாக நினைக்கும் பன்றிகளாகிய நீங்கள் வைத்ததுதானே சமூகச் சட்டமாக இருக்கப்போகிறது?

(மாலிக் ஜீவன் காறித் துப்பிவிட்டு தாராவின் வயிற்றில் உதைக்கிறான்).

மாலிக்: என்னைப் பன்றி என்றா சொன்னாய்? உனக்கு மரியாதை கொடுத்தேன் பார், நான் வெட்கப்பட வேண்டும்.

தாரா: (வயிற்றைப் பிடித்துக்கொண்டு) நீ வெட்கப்படுவதற்கு வேறு பல விஷயங்கள் இருக்கின்றன மாலிக்.

மாலிக்: வாயை மூடப் போகின்றாயா இல்லையா? ஏதாவது பேசினால் இங்கேயே உன்னைக் கொன்றுவிடுவேன்.

(அவன் அங்கியைப் பற்றிக் குலுக்குகிறான்.)

தாரா: கொன்றுவிடு. நான் உன் உயிரை அன்று காப்பாற்றியதற்கு நன்றியாக தயவுசெய்து இப்பொழுது என்னைக் கொன்றுவிடு. ஔரங்கசீப்பின் அவையில் இன்னும் எவ்வளவு நன்றி கெட்டவர்கள் இருக்கிறார்கள் என்று அறிய வேண்டிய சந்தர்ப்பம் ஏற்படாது.

மாலிக்: இஸ்லாமிய மதத்துக்காக என்னைப்போல் உயிரைக் கொடுக்கப் பலர் காத்திருக்கிறார்கள். அவர்களையெல்லாம் நன்றி கெட்டவர்கள் என்றா நீ சொல்கிறாய்?

தாரா: மதத்தின் பெயரை எதற்காக இழுக்கிறாய்? சந்தர்ப்பவாதிகளுக்கு மதம் அல்லது கொள்கை ஒரு செளகரியமான

கோஷம். இஸ்லாமிய மதத்துக்காக ஜஸ்வந்த் சிங், ஜெய் சிங் ஆகியவர்களுமா உயிரைக் கொடுக்கப் போகிறார்கள்? *(சிரிக்கிறான்.)*

(குதிரைகள் வரும் சப்தம்.)

மாலிக்: அதோ... ஜெய் சிங் வந்துவிட்டார் என்று நினைக்கிறேன். இவனை இழுத்து வாருங்கள்.

(தாராவைச் சங்கிலியுடன் இழுத்துச் செல்கிறார்கள். இருள். இருள் விலகி ஒளி வரும்போது ஔரங்கசீப் – மயிலாசனத்தில் உட்கார்ந்திருக்கிறான். ஆசனம் பின்னணித் திரைச்சீலையை ஒட்டிப் போடப்பட்டுள்ளது, தில்லிச் செங்கோட்டை.)

(தாஜ் நிழலுருவம் பின்னணியில் தெரியக்கூடாது. ரோஷனாரா நின்றுகொண்டிருக்கிறாள். தாராவை இழுத்துக் கொண்டு வருகிறார்கள். சில விநாடிகள் மௌனம்.)

ஔரங்கசீப்: பல வருஷங்களுக்குப் பிறகு சந்திக்கிறோம். கொஞ்சம் இளைத்திருக்கிறாய், அவ்வளவுதான் *(தாரா பதில் கூறவில்லை).* சாமுகர் போர்க்களத்தில்கூட நாம் சந்திக்கவில்லை. நீ போரில் மும்முரமாக ஈடுபட்டிருந்த போது யானையை விட்டு இறங்கிக் குதிரையில் ஏறினாயே! இப்பொழுது சொல்கிறேன். அதுவும் உன் தோல்விக்கு ஒரு முக்கியக் காரணம் தெரியுமா உனக்கு? – பாதிச் சண்டையில் வாகனம் மாற்றுவது என்ன முட்டாள்தனம்? நான் அச்சமயம் நமாஸ் செய்துகொண்டிருந்தேன். ஐந்து வேளை நமாஸ் செய்வது என்ன பைத்தியக்காரத்தனம் என்று கேட்கிறாயா? உண்மைதான். நான் முயன்றும் உன்னைப்போல் ஓர் அறிவாளியாக என்னால் ஆக முடிய வில்லை.

ரோஷனாரா: *(கிண்டலாக)* உனக்கு இஸ்லாம் மதத்தைப் பற்றி மட்டும்தான் தெரியும். தாராவைப்போல் எல்லா மதக் கொள்கைகளையும் நீ கரை கண்டவனா, அறிவாளி என்று உன்னைக் கூறிக்கொள்ள?

ஔரங்கசீப்: சிர்–உல்–அஸ்ரார் நீ படித்திருக்கிறாயா சகோதரி?

ரோஷனாரா: *(கிண்டலாக)* நம் அருமைச் சகோதரன் இயற்றிய உபநிஷதங்களின் மொழிபெயர்ப்பைத்தானே சொல்கிறாய்?

ஔரங்கசீப்: உபநிஷதம் என்பது எதைப்பற்றிச் சொல்லுகிறது...?

ரோஷனாரா: தாரா அடிக்கடி சொல்லக் கேட்டிருக்கிறேன். 'அகம் பிரும்மாஸ்மி'. 'நான்தான் கடவுள்!'

ஔரங்கசீப்: தாராதான் கடவுளா? கடவுளை அண்ணனாக அடைவதற்கு நான் என்ன பாக்கியம் செய்திருக்கிறேன். ஆனால் சர்வ வல்லமை படைத்த கடவுள் ஏன் சங்கிலியால் பிணைப்புண்டு ஒரு வெறும் மனிதனுக்கு முன்னால் செயலற்று நிற்கிறார்?

(ரோஷனாரா சிரிக்கிறாள்.)

ஔரங்கசீப்: *(கோபத்துடன் எழுந்திருக்கிறான்)* தாரா, உன்னைத்தான் கேட்கிறேன். உபநிஷதங்களை மொழி பெயர்த்தாயே அவற்றில் என்ன கண்டுவிட்டாய், திருக்குரானில் காணப்படும் கருத்துகளைவிட மிகச் சிறப்பாக?

(தாரா பேசாமல் நிற்கிறான். ஔரங்கசீப், தாராவின் அருகில் வருகிறான்.)

இந்திரா பார்த்தசாரதி

ஔரங்கசீப்: *(நிதானமாக)* நான் கேட்டது காதில் விழவில்லையா?

தாரா: விழுந்தது.

ஔரங்கசீப்: எனக்குப் பதில் தேவை.

தாரா: உபநிஷதங்கள் திருக்குரானை விட உயர்ந்தவை என்று நான் எப்பொழுதுமே சொல்லவில்லை. மதங்கள் அனைத்துமே குருடர்கள் யானையைக் காண்பதுபோல.

ஔரங்கசீப்: அப்படியென்றால்?

தாரா: ஒரு குருடன் துதிக்கையைத் தொட்டு இதுதான் யானை என்கிறான்; இன்னொருவன் காலைத் தொட்டு இதுதான் யானை என்கிறான்; மூன்றாமவன் வாலைத் தொட்டு இதுதான் யானை என்கிறான். ஒவ்வொருவனும் அவனைப் பொறுத்தவரையில் சொல்வது சரிதான். முழு யானையையும் குருடர்களால் காண முடியாது. ஒரு குறிப்பிட்ட மதத்தைப் பின்பற்றுகின்றவர்கள் யாவரும் குருடர்கள் என்பது என் கருத்து.

ஔரங்கசீப்: இதுவும் காஃபிர்களின் வேதத்தில் காணப்படுகின்ற கதையா?

தாரா: ஹிந்துக்கள் மட்டும் சொல்லவில்லை. ஜலாலுதீன் ரூமியும் சொல்லியிருக்கிறார்.

ஔரங்கசீப்: சூஃபிகளுக்கும் காஃபிர்களுக்கும் என்ன வித்தியாசம்?

தாரா: உண்மையை உணர்ந்தவர்கள் சூஃபிகளாய் இருந்தால் என்ன காஃபிர்களாய் இருந்தால் என்ன? அதைப் பற்றி நான் கவலைப்படவில்லை.

ஔரங்கசீப்

ஔரங்கசீப்: உண்மையை உணர்ந்தவர்கள் காஃபிர்கள்தான் என்று சொல்ல உனக்கு எவ்வளவு துணிச்சல்? ரோஷனாரா! இதை நினைவு வைத்துக்கொள், இவனை 'முல்ஹீத்' என்று குற்றம் சாட்ட போதுமான சாட்சி.

(தாரா சிரிக்கிறான்.)

ஔரங்கசீப்: எதற்குச் சிரிக்கிறாய்?

தாரா: ஆதரிப்பவர் யாருமின்றி அனாதையாக நிற்கும் என்னைக் கொல்ல என்மீது குற்றம் வேறு சாட்ட வேண்டுமா? சர்மத்தை எப்படிக்கொன்றாய்? மூரத்தை எப்படிக்கொன்றாய்? அப்படியே என்னையும் மனச்சாட்சித் தொந்தரவு ஏதுமில்லாமல் கொன்றுவிடு. தயங்காதே. விசாரணை என்ற வேடிக்கையெல்லாம் எதற்கு?

ஔரங்கசீப்: உன்னை அவ்வளவு சுலபமாகக் கொன்றுவிட மாட்டேன். தாரா உன்னுடன் எப்படி வழக்காடுவது என்பதைப் பற்றி யோசித்து யோசித்து நான் எத்தனை நாள்கள் தூக்கமில்லாமல் இருந்திருக்கிறேன், தெரியுமா?

தாரா: இது பாராட்டா? அப்படிப் பாராட்டாக இருந்தால் இது உனக்கா, எனக்கா என்று புரியவில்லை.

ஔரங்கசீப்: இதைப் பாராட்டாக நான் கூறவில்லை. என் உள்ளத்தின் அடித்தளத்திலிருந்து வருகின்ற வார்த்தைகள். உன்னை நான் எத்தனை ஆண்டுகளாக வெறுத்து வருகிறேன் தெரியுமா? நம் தந்தையின் நன்னடத்தை ஜாமீனாக நாம் இருவரும் நம் பாட்டனார் அவையில் இருந்தபோது உன் அறிவுக்காக, உன் அழகுக்காக, எல்லாரும் உன்னைச்

சுற்றிச் சுற்றி வந்தார்கள். ஆனால் என்னைச் சீண்டுவார் யாருமில்லை. உன்னை அனாதை என்று கூறிக்கொள்கிறாயே நான் என்றுமே அனாதை – தெரியுமா உனக்கு?

தாரா: உன் மனத்தில் ஏற்பட்டுள்ள காயம் இவ்வளவு ஆழமானது என்று எனக்குத் தெரியாது.

ஔரங்கசீப்: நம் தந்தை என்னை வேண்டாத செருப்பைப் போல வீசியெறிந்தாலும், எனக்குத் தந்தைமீது எவ்வளவு பாசம் தெரியுமா உனக்கு?

தாரா: பாசத்தின் மிகுதியினால் தந்தையைச் சிறையிலடைப் பார்கள் என்று எனக்குத் தெரியாது.

ஔரங்கசீப்: தந்தையைக் கொல்வதற்குப் போதுமான காரணங்கள் இருக்கின்றன. ஆனால் நான் இன்னும் அவரைக் கொல்ல வில்லை. அவர் உயிருக்குயிராக நேசித்த மனைவியின் மகனாக நான் இருந்தபோதிலும், என்னை ஏன் அவர் இப்படி வெறுக்கிறார் என்று எனக்குப் புரியவில்லை!

தாரா: காரணம் சொல்லட்டுமா?

ஔரங்கசீப்: என்ன காரணம்?

தாரா: அவர் தமது ரசனையின் நேர் எதிரியாகத்தான் உன்னைக் காண்கிறார். இதுவே அவர் வெறுப்புக்குக் காரணம்.

ஔரங்கசீப்: அழகுணர்ச்சி என்று சொல்லிக்கொண்டு அரசாங்கக் கருவூலத்தைக் காலியாக்குவதுதான் நல்ல ரசனையா? நாட்டை ஆள்கின்றவர்கள் மக்களைப் பற்றிக் கவலைப்படாமல் தங்களுடைய அகங்காரத்தைத் திருப்தி செய்வதற்காக மக்களுக்குச் சொந்தமான கஜானாவை

இஷ்டப்படிச் சூறையாடுவதுதான் நல்ல ரசனையா? அப்படி யானால் நான் என் தந்தையின் ரசனைக்கு நேர் எதிரியாக இருந்தேன் என்பதைப் பற்றிப் பெருமைப்படுகிறேன்.

தாரா: எது நல்ல ரசனை, எது கெட்ட ரசனை என்று நான் தீர்ப்பு கூறவில்லை. அவர் உன்னை ஏன் வெறுத்தார் என்பதற்குக் காரணம் கூறினேன். அவர் உன்னை வெறுத்தாலும், நீ அவரை விரும்பியதாகக் கூறுகிறாயே! இதுதான் எனக்கு ஆச்சரியமாக இருக்கிறது.

ஔரங்கசீப்: நான் அவரை எந்த அளவில் விரும்பினேன் எந்த அளவில் வெறுத்தேன் என்று என் விருப்பையும் வெறுப்பையும் வரையறுத்து என்னால் கூற முடியாது. வெறுப்பு அடிவயிற்றிலிருந்து புறப்பட்டு அவரை அழித்து விட வேண்டுமென்று முனையும்போது, இவ்வளவா நான் அவரை விரும்புகிறேன் என்று தோன்றும். நான் செய்த தவறுகளுக்கெல்லாம் மன்னிப்புக் கேட்டு அவரை மீண்டும் சக்கரவர்த்தியாக மயிலாசனத்தில் உட்கார வைக்க வேண்டும் என்ற பாச ஆவேசம் எழும்போது, இவ்வளவா நான் வெறுக்கிறேன் என்ற எண்ணம் சிந்தனையில் பொறி தட்டும். என்னுடைய விருப்பு வெறுப்பு ஊசலாட்டத்தின் காரணமாகத்தான் அவர் இன்னும் உயிரோடு இருக்கிறார்.

தாரா: அவரை நீ வெற்றியடைந்த கையோடு கொன்றிருந்தால் உனக்கு அவர் நன்றி சொல்லியிருப்பார். இப்பொழுது அவரைச் சித்திரவதைக்கு உள்ளாக்கிக் கொண்டிருக்கிறாயே, இதற்குக் காரணம் உன் விருப்பா அல்லது வெறுப்பா?

ஔரங்கசீப்: நான் சித்திரவதை செய்கிறேன் என்று யார் சொன்னார்கள்? தங்கக்கூண்டில் இருக்கிறார். சக்கர

இந்திரா பார்த்தசாரதி

வர்த்திக்குரிய எல்லாச் சலுகைகளையும் அனுபவித்துக் கொண்டுதான் இருக்கிறார். பணிவிடை புரிய அவருடைய அருமைப் பெண்.

ரோஷனாரா: ஜஹனாரா! தாராவின் அருமைச் சகோதரி.

தாரா: அவருடைய இனிய கனவைக் கலைத்து அவரை இன்னும் உயிரோடு வைத்திருக்கிறாயே இது சித்திரவதை இல்லை?

ஔரங்கசீப்: கருஞ்சலவைக்கல் மஹலைத்தானே சொல்லு கிறாய்? நாட்டில் பஞ்சத்தில் சாகும் கணக்கற்ற மக்களின் எலும்புக் கூடுகளைக் கற்களாக அடுக்கி இன்னொரு மஹல் கட்ட வேண்டுமென்றா சொல்கிறாய்?

தாரா: மக்களுக்குச் சோறு மட்டும் கொடுத்தால் போதுமா அதுதான் நல்ல அரசாட்சியா?

ஔரங்கசீப்: குறைந்தபட்சத் தேவையாகிய சோறுகூட அளிக்காவிட்டால் அதுதான் நல்ல அரசாட்சியா? காலி வயிற்றில் தாஜ்மஹலைக் கண்டு ரசிக்க முடியுமா? மக்களுக்கு உணவும் உடையும் கொடுத்தால் போதும்; அவர்களுக்கு அழகுணர்ச்சியோ சிந்தனையோ தேவையில்லை என்பதுதான் என் அபிப்பிராயம்.

தாரா: அழகுணர்ச்சியோ சிந்திக்கும் உரிமையோ இல்லா விட்டால் மக்களுக்கும் மிருகங்களுக்கும் என்ன வித்தியாசம்?

ரோஷனாரா: ஜனங்கள் சிந்திக்க வேண்டிய அவசியமில்லை. அந்தப் பொறுப்பை அரசாங்கம் ஏற்றுக்கொண்ட பிறகு அவர்கள் அதைப்பற்றி எதற்காகக் கவலைப்பட வேண்டும்?

தாரா: அரசன் மக்களுக்கு உணவும் உடையும் தருகிறான் என்பதற்காக மக்கள் தங்களுடைய சிந்திக்கும் திறனை இதற்கு விலையாகத் தர வேண்டுமா?

ஔரங்கசீப்: நாட்டில் வறுமை ஒழிய வேண்டுமென்றால் மக்கள் எந்த விலையையும் தரத் தயாராக இருக்க வேண்டும். நாய்க்கு வேண்டிய எலும்புத் துண்டை வீசியெறிந்து விட்டால் அது எதற்காகக் குரைத்துப் பழக வேண்டும்?

தாரா: ஹிந்துஸ்தானின் எதிர்காலம் ஔரங்கசீப்கள்தான் என்று நான் நினைத்தது சரியாகப் போய்விட்டது.

ரோஷனாரா: ஹிந்துஸ்தானை ஔரங்கசீப்புகளால்தான் காப்பாற்ற முடியும். கனவுக்கும் யதார்த்தத்துக்கும் வேறுபாடு அறியாது குழம்பும் உன்னைப் போன்ற தத்துவ வக்கிரங்களால் அல்ல.

ஔரங்கசீப்: மதச்சார்பற்ற ஆட்சியை நிறுவப் போகிறேன் என்று சொல்லிக்கொண்டிருந்தாயே, இஸ்லாமிய மதத்தை இந்நாட்டினின்றும் ஒழித்துக் கட்ட வேண்டு மென்பதுதானே உன் எண்ணம்?

ரோஷனாரா: (கிண்டலாக) கோயில்களில் திருக்குரான் ஓத வேண்டும், மசூதிகளில் வேதம் ஒலிக்க வேண்டும், பைபிள் நாட்டின் பொதுச் சொத்து என்று இன்னும் ஏதேதோ சொல்லிக்கொண்டிருந்தாயே! மக்களைத் தனிப்பட்ட வாழ்க்கையில் நாஸ்திகர்களாக்க வேண்டுமென்பதுதானே உன் திட்டம்?

ஔரங்கசீப்: பவுத்தர்களின் சூன்ய வாதத்தை ஆதரித்தும் நீ பேசியிருக்கிறாய். இதுவே நாஸ்திகன் என்பதை எடுத்துக்காட்ட போதுமான சாட்சி.

ரோஷனாரா: ஓர் உண்மையான முஸல்மான் ஆற்ற வேண்டிய தினசரிக் கடமைகளை நீ அன்றாடம் செய்து வருகிறாயா சொல்?

தாரா: வெறும் சடங்குகளைக் குருட்டுத்தனமாகப் பின்பற்றினால்தான் அவன் ஓர் உண்மையான முஸல்மான் என்பதை நான் ஒப்புக்கொள்ள மாட்டேன்.

ஔரங்கசீப்: (சீறுகிறான்) அப்படியானால் கடவுளின் தூதர் நபிநாயகத்தின் வழியை நீ ஏற்றுக்கொள்ளவில்லை என்றுதானே அர்த்தம்?

தாரா: நபிநாயகம் அவருடைய முன்னோர்களின் வழியை ஏற்றுக்கொள்ளவில்லை என்ற காரணத்தினால்தானே கடவுளின் தூதர் என்று பாராட்டப்படுகிறார்?

ரோஷனாரா: அப்படியானால் நீ கடவுளின் தூதனா?

தாரா: நாம் எல்லாருமே கடவுளின் அம்சங்களாக இருக்கும் போது, நம் ஒவ்வொருவருடைய ஆற்றலின் எல்லையாகக் கடவுள் வெளிப்படும்போது, கடவுளை நாம் ஏன் நம்மினின்றும் மிகுந்த தொலைவான தூரத்தில் நிறுத்தி அவரைத் தூது அனுப்பும்படியாகச் செய்ய வேண்டும்?

ஔரங்கசீப்: (கோபத்துடன்) நபிநாயகம் கடவுளின் தூதர் இல்லையென்றா சொல்கிறாய்?

தாரா: நாம் எல்லாருமே கடவுளாக ஆகக்கூடிய வாய்ப்பு இருக்கும்போது கடவுளை நம்மினின்றும் வேறுபடுத்திப் பேச வேண்டிய அவசியமில்லை என்றுதானே கூறினேன். நபிநாயகம் கடவுளின் தூதர் அல்ல நபிநாயகமே கடவுள். எனக்கும் உனக்கும் நபிநாயகம் மாதிரி கடவுளாகும் வாய்ப்பு இருக்கின்றது.

ஔரங்கசீப்: 'நாமே கடவுளாக ஆகக்கூடிய வாய்ப்பு!' ஹஹ்ஹா ... (சிரிக்கிறான்) இந்த முல்ஹீத்தின் உடம்பைக் கண்டந் துண்டமாக வெட்டியெறியுங்கள். இவன் ஆட்சிக்கு வந்திருந்தால் என்ன ஆகியிருக்கும்? அல்லாதான் ஹிந்துஸ்தானை ஒரு பெரிய ஆபத்தினின்றும் காப்பாற்றியிருக்கிறார்.

தாரா: ஹிந்துஸ்தான் காப்பாற்றப்பட்டுவிட்டதா இல்லையா என்பது இன்னும் பொறுத்திருந்து பார்க்க வேண்டிய விஷயம்.

ஔரங்கசீப்: நீ உயிருடன் இருந்து அதைப் பார்க்கப்போவதில்லை.

தாரா: (புன்னகையுடன்) இதற்கு நான் இறைவனுக்கு நன்றி செலுத்த வேண்டும். இறைவனுக்கா அல்லது உனக்கா?

ஔரங்கசீப்: (கோபத்தில் கத்துகிறான்) இவனை இழுத்துச் செல்லுங்கள். இவனைக் கொன்று தலையை என்னிடம் கொண்டுவந்து காண்பிக்க வேண்டும். அத்தலையைப் பொது இடத்தில் தொங்கவிடுங்கள். முல்ஹீத்துகளுக்கு ஏற்படுகின்ற கதியைப் பற்றி எல்லாரும் தெரிந்துகொள்ளட்டும்.

ரோஷனாரா: விசாரணை இல்லாமல் தீர்ப்பு வழங்கிவிட்டாயே நாம் முன்னால் தீர்மானித்தபடி....?

ஔரங்கசீப்: (நிதானமாக) கோபத்தில் மறந்துவிட்டேன் சகோதரி. சரி. ஷெயிஷ்டா கான், மகம்மத், அமிர் கான், பகதுர் கான், கலீலுல்லா கான் ஆகியவர்கள் கூடிய விசாரணைக் குழு இவன் செய்துள்ள குற்றங்களை...

தாரா: (இடைமறித்து) குற்றம் செய்திருக்கிறேனா இல்லையா என்பதை முதலில் ஆராய்வதுதான் நீதிப் பரிபாலனம். ஆள்கின்றவனாகிய நீயே 'குற்றங்கள்' என்று சொல்லி விட்டாயானால், விசாரணைக் குழு எதற்கு?

ஔரங்கசீப்: தண்டனையைக் கொடுக்கத்தான் இந்த விசாரணைக் குழுவுக்கு அதிகாரம் உண்டே தவிர நீ குற்றம் செய்திருக்கிறாயா இல்லையா என்பதை விசாரிக்க அல்ல. நீ இஸ்லாமிய மதத்தின் துரோகி என்பதைப் பற்றி எனக்குச் சந்தேகமே இல்லை.

ரோஷனாரா: நான் அந்த விசாரணைக் குழுவில் இருக்கப் போவதில்லை. ஆனால் என் தீர்ப்பைக் கூறுகிறேன். தாராவைத் தூக்கிலிடுதல்தான் அவனுக்கு நான் அளிக்கக்கூடிய குறைந்தபட்சத் தண்டனை.

தாரா: (புன்னகையுடன்) மனமிரங்கி இந்தக் குறைந்தபட்சத் தண்டனையை நீ சிபாரிசு செய்திருப்பது உன்னுடைய இரக்க மனப்பான்மையைக் காட்டுகிறது. சகோதரி. எனக்கு ஒரு சந்தேகம். உன்னுடை [illegible]ான எதிரி ஜஹனாராவை நீ ஏன் இன்னும் விட்டுவைத்திருக்கிறாய்?

ஔரங்கசீப்: இதற்குக் காரணம் நான். ஜஹனாராவின் மீது எனக்குக் கோபம் கிடையாது.

ரோஷனாரா: சிறையிலிருக்கும் உன் தந்தை அவருடைய பாசச் சிறைக்குள் ஜஹனாராவை வைத்திருப்பதே அவளுக்குப் பெரிய தண்டனை.

தாரா: (வறண்ட சிரிப்புடன் ஔரங்கசீப்பிடம்) நான் உன்னை ஒன்று வேண்டிக்கொள்ள விரும்புகிறேன். நான் இறக்கப் போவது என்பதோ நிச்சயம். ஆனால் என் வேண்டுகோளை மட்டும் தயவுசெய்து நிராகரிக்காதே. இதை நம் வம்சத்து நன்மைக்காகச் சொல்லுகிறேன்.

ஔரங்கசீப்: என்ன?

தாரா: அக்பர் ஆக்கியதை அழித்துவிடாதே!

ஔரங்கசீப்: 'அக்பர் ஆக்கியது!' (எழுந்துகொண்டே சிரிக்கிறான்) மொகலாய சாம்ராஜ்ஜியம் முழுவதும் மதுக்கோப்பைகள் உராயும் சப்தமும், நாட்டியமாடும் பெண்களின் சதங்கை ஒலியும்தான் அக்பர் ஆக்கியது! உன்னைக் காட்டிக் கொடுத்த ஜஸ்வந்த் சிங்கும் ஜெய் சிங்கும் இருக்கிறார்களே அவர்களும் அக்பருடைய அக்கால ஆட்சியால் ஏற்பட்ட இக்காலப் பலன்கள்! ஹிந்து மதக்கொள்கையிலேயே ஏதோ ஒரு கோளாறு இருக்க வேண்டும். இல்லாவிட்டால் சொல்லுக்கும், செயலுக்கும் ஏன் இவ்வளவு இடைவெளியும், முரண்பாடும் இருக்கின்றன? நூற்றாண்டு, நூற்றாண்டு களாக வெளியிலிருந்து வருகின்ற அந்நியர்களுக்கு ஒருவரையொருவர் காட்டிக் கொடுத்துக்கொண்டு ஏன் அடிபணிகிறார்கள்? ஹிந்துக்கள் உன் முதுகில் இப்படிக் குத்தியிருந்தும் உனக்கேன் புத்தி வரவில்லை? அக்பர் ஆக்கியதை நான் அழிக்கக் கூடாதாம்! இதைச் சொல்ல உனக்கு வெட்கமாக இல்லை?

இந்திரா பார்த்தசாரதி

தாரா: ஹிந்துக்கள் மட்டும் என் முதுகில் குத்தவில்லை.

ஔரங்கசீப்: சரி, முஸல்மான்களும் குத்தினார்கள். காரணம் தெரியுமா? ஒரு முல்ஹீத், முஷ்கிக் இஸ்லாமியத் துரோகி. உன்னை அவர்கள் காட்டிக்கொடுத்தது, அவர்கள் நம் மதத்துக்குச் செய்திருக்கக் கூடிய மகத்தான தொண்டு. நான் ஒரு புதிய மொகலாய சகாப்தத்தை ஆரம்பிக்கப் போகிறேன். கலை, மது, மங்கை ஆகியவற்றை நாடுபவனுக்கு இனி இந்நாட்டில் இடமில்லை. போலிக் கவுரவத்தைப் புலப்படுத்த பிரபுக்கள் நடத்தும் ஆடம்பரக் கேளிக்கைகளும் விருந்துகளும் இனி இந்நாட்டில் நடைபெறா. இத்தகைய புதிய வாழ்க்கைக்கு நானே வழிகாட்டியாய் இருக்கப் போகிறேன். இதுதான் இஸ்லாம் காட்டும் பாதை. நபி நாயகம் வகுத்த நெறி. இதை மீறுகிறவன் எவனாயிருந்தாலும் அவனுக்கு...

தாரா: (இடைமறித்து, புன்னகையுடன்) குறைந்தபட்சத் தண்டனை சிரச்சேதம்...

ஔரங்கசீப்: கிண்டலா செய்கிறாய்?

தாரா: கிண்டல் இல்லை. நீ சொல்ல நினைத்ததைச் சொன்னேன். இது உனக்குக் கிண்டலாகப்படுகிறதா? உனக்கே கிண்டலாகப்பட்டால், உன் நகைச்சுவை உணர்வு போய்விடவில்லை என்றுதான் அர்த்தம். உனக்கு இன்னும் நகைச்சுவை இருக்கின்றதென்றால் ஹிந்துஸ்தானத்தின் எதிர்காலத்தைப் பற்றிய நம்பிக்கை எனக்கு அடியோடு போய்விடவில்லை.

ஔரங்கசீப்: உனக்குக் கடைசியாக ஒரு வாய்ப்பு தருகிறேன். நீ இதுவரை சொன்னது, செய்தது எல்லாவற்றையும்

ஷாஜஹான்: மூரத் குஜராத்தில் இருக்கட்டும். ஷுஜா வங்காளத்தை நிர்வகிக்கட்டும். ஔரங்கசீப்புக்குத் தட்சிணம் – தாராவுக்கு டெல்லி, ஆக்ரா, பஞ்சாப். அவன்தானே என் மூத்த மகன்? எப்படி என் ஏற்பாடு?

ஜஹனாரா: நன்றாக இருக்கிறது. *(சில விநாடிகள் மௌனம்)*

ஷாஜஹான்: தாரா கருஞ்சலவைக்கல் மஹலைக் கட்ட ஆரம்பித்துவிட்டானா?

(ஜஹனாரா பேசாமல் இருக்கிறாள்.)

ஷாஜஹான்: ஏன் பேசாமல் இருக்கிறாய்?

ஜஹனாரா: திரும்பத் திரும்ப ஒரே கேள்வியைக் கேட்டுக் கொண்டிருந்தால் என்ன பதில் சொல்வது?

ஷாஜஹான்: ஒரே பதிலைத்தான் சொல்ல வேண்டும். ஆனால் நீ வெவ்வேறு பதில்களை அல்லவா சொல்லுகிறாய். இப்பொழுது சொல் – தாரா கருஞ்சலவைக்கல் மஹலை...

ஜஹனாரா: *(அலுப்புடன்)* ஏன் இப்படி உயிரை வாங்குகிறீர்கள்? தாராவைக் கைதுசெய்துவிட்டார்கள்; சிரச்சேதம் செய்யப் போகிறார்கள்.

ஷாஜஹான்: தாராவை யார் சிரச்சேதம் செய்யப்போகிறார்கள்?

ஜஹனாரா: ஔரங்கசீப்.

ஷாஜஹான்: ஏன்?

ஜஹனாரா: ஔரங்கசீப் பட்டமேறிவிட்டான். தாராவை வேட்டையாடிப் பிடித்துவிட்டான். இஸ்லாமியத்

தவறு என்று ஒப்புக்கொண்டு மன்னிப்பு கேள். உன்னைக் கொல்லாமல் சிறையில் மட்டும் வைக்கிறேன்.

ரோஷனாரா: *(திடுக்கிட்டு)* என்ன சொல்கிறாய் ஔரங்கசீப்? நீ சொல்வதை அவன் ஏற்றுக்கொண்டுவிட்டால்?

(அப்பொழுது வெளியே தூரத்தில் கேட்பது போல் ஒரு பெரிய ஆரவாரம். ஒரே கூச்சல், கூப்பாடு)

ஔரங்கசீப்: *(கோபத்துடன்)* இது என்ன கூச்சல்...?

(மாலிக் ஜீவன் துணி கிழிந்து, அலங்கோலமாக உள்ளே ஓடி வருகிறான். ஔரங்கசீப் கால்களில் வந்து விழுகிறான்.)

ஔரங்கசீப்: என்ன ஆயிற்று மாலிக்?

(மாலிக் ஜீவனால் பேச முடியவில்லை. மூச்சு இரைக்கிறது. தலையைக் கீழே கவிழ்த்துக்கொண்ட நிலையில் பேசாமல் இருக்கிறான். இரண்டு போர் வீரர்கள் வருகிறார்கள்.)

ஒருவன் *(தண்டனிட்டு)* ஒரு பெரிய கூட்டம் இவரைத் துரத்திக் கொண்டு வந்தது. கூட்டத்தைச் சமாளித்துக் கோட்டைக்கு வெளியே அடித்து விரட்டிவிட்டோம் ஆலம்கீர்.

ஔரங்கசீப்: கூட்டம் கோட்டைக்குள் நுழையும்வரையிலா அஜாக்கிரதையாக இருந்தீர்கள்?

மற்றொருவன்: மன்னிக்க வேண்டும் ஆலம்கீர். நாங்கள் இதை எதிர்பார்க்கவில்லை. கடைவீதி வழியாக இவர் சென்ற போது, மக்கள் இவரைத் திடீரென்று தாக்கினார்களாம். இவர் ஏறி வந்த குதிரை பறிபோய்விட்டது. இவர் கால்நடையாக ஓடி வந்திருக்கிறார்.

இந்திரா பார்த்தசாரதி

மாலிக்: *(எழுந்திருக்கிறான்)* அதோ நிற்கிறானே... இஸ்லாமியத் துரோகி, அயோக்கியன். தாரா அவன்தான் இதற்குக் காரணம். அவனை நான்தான் காட்டிக்கொடுத்தேன் என்று முட்டாள் ஜனங்கள்...

(ஔரங்கசீப் அவனைக் கன்னத்தில் ஓங்கி அறைகிறான். மாலிக் திடுக்கிடுகிறான்.)

ஔரங்கசீப்: *(சீறுகிறான்)* அரச குடும்பத்தவர்களைப் பற்றிப் பேசும்போது, என் எதிரிலேயே இப்படி மரியாதை இல்லாமலா பேசுகிறாய்? அந்த ஜனங்கள் உன்னைக் கண்டந்துண்டமாக வெட்டிப்போட்டிருக்க வேண்டும்! 'ஆயிரங் குதிரைகளுக்குத் தலைவன்' என்ற பட்டம் கொடுத்தேன் பார்! உனக்கு ஒரு குதிரையில்கூட ஏறிவரத் தெரியவில்லை. என் கண் முன் நிற்காதே. போ வெளியே.

(சிறிது நேரம் மௌனம். மாலிக்கும் வீரர்களும் போகிறார்கள்.)

ரோஷனாரா: *(திரும்பவும்)* இவன் *(தாராவைக் குறிப்பிட்டு)* தான் சொன்னதெல்லாம் தவறு என்று ஒப்புக்கொண்டு விட்டால், இவனை மன்னிக்கவா போகிறாய்?

தாரா: அந்தப் பயம் உனக்கு வேண்டாம் சகோதரி. நான் எதற்கும் வருந்தவில்லை. மன்னிப்பும் கேட்கப் போவதில்லை. ஆனால் ஒன்று ஔரங்கசீப் தான் இப்பொழுது செய்து கொண்டிருக்கும் காரியங்களுக்கெல்லாம் வருந்தப்போகும் காலம் நிச்சயம் வரப்போகிறது.

ஔரங்கசீப்: *(கோபத்துடன்)* அவ்வளவு திமிரா உனக்கு? சாபமா கொடுக்கிறாய்?

தாரா: சாபமில்லை ஔரங்கசீப். நான் சரித்திரம் படித்திருக்கிறேன்.

ஔரங்கசீப்: (கத்துகிறான்) இவனை இழுத்துச் செல்லுங்கள். இவன் உயிரோடு இருக்கும்வரை எனக்குத் தொந்தரவுதான்.

தாரா: (புன்னகையுடன்) தீர்ப்பும் வழங்கிவிட்டாய்.

(அரங்கம் இருளில் ஆழ்கிறது. சில விநாடிகளுக்குப் பிறகு, ஒளி வரும்போது – ஆக்ரா. மேடையின் மீது நடுவே போடப்பட்டிருக்கும் திவானில், திண்டின்மீது சாய்ந்துகொண்டு ஷாஜஹான் உட்கார்ந்திருக்கிறான். அருகே ஜஹனாரா உட்கார்ந்திருக்கிறாள். மங்கலான ஒலி.)

ஷாஜஹான்: கருஞ்சலவைக்கல் மஹல் கட்டியாகிவிட்டதா? கட்டி முடித்த பிறகு செய்தி அனுப்புவதாகக் கூறினான் தாரா. ஏன் அனுப்பவில்லை?

ஜஹனாரா: இன்னும் கட்டி முடிக்கவில்லை.

ஷாஜஹான்: தாரா என்னை வந்து ஏன் பார்ப்பதே இல்லை? அரசாங்க அலுவல்கள் மிகவும் அதிகமோ?

(ஜஹனாரா பேசாமல் உட்கார்ந்திருக்கிறாள்.)

ஷாஜஹான்: மும்தாஜ் என்னைக் கூப்பிட்டுக்கொண்டே இருக்கிறாள். நான் போவதற்குள் அந்த மஹலைப் பார்க்க வேண்டும். (திரும்புகிறான்) தாஜ்மஹல் எங்கே? யார் திருடிக்கொண்டு போய்விட்டார்கள்? (ஜஹனாரா பதில் கூறவில்லை) என்ன பேசாமல் இருக்கிறாய்? பதில் சொல்லக் கூடவா உனக்கு அலுத்துவிட்டது?

ஜஹனாரா: தாராவிடம் சொல்கிறேன். தாஜ்மஹலைத் திருடியவர்களைக் கண்டுபிடிப்பான். புது மஹலையும் கட்டி முடிப்பான்.

ஷாஜஹான்: அப்படியானால் நான் போக வேண்டும் என்கிறாயா? ஆ! என்ன அருமையான குழந்தைகள் எனக்கு! ஒரு பிள்ளை படையெடுத்து வருகிறான். ஒருத்தி 'நீங்கள் போய்விடுவீர்கள்' என்கிறாள்!

ஜஹனாரா: 'நீங்கள் போய்விடுவீர்கள்' என்று நான் சொல்லவேயில்லை.

ஷாஜஹான்: ஆமாம். படையெடுத்து வந்தவன் ஔரங்கசீப்தானே!

ஜஹனாரா: ஆமாம்.

ஷாஜஹான்: அப்படியானால் போரில் வெற்றியடைந்தவன் ஔரங்கசீப் ஆயிற்றே? தாரா எப்படிக் கருஞ்சலவைக்கல் சமாதி கட்டுகிறான்? அவன் தில்லிக்கல்லவா ஓடிப் போனான்? ஏன் பொய் சொல்லி என்னை ஏமாற்றுகிறாய்?

ஜஹனாரா: தாரா கருஞ்சலவைக்கல் மஹலைக் கட்டுவதாக நான் சொல்லவேயில்லை. நீங்களே சொல்லிக்கொண்டீர்கள். நீங்கள் அப்படி நினைப்பது தவறு என்று சொல்லி உங்களை வேதனைக்குள்ளாக்க வேண்டாமென்றுதான் நீங்கள் சொன்னதை நான் மறுக்கவில்லை.

ஷாஜஹான்: அப்படியானால் மஹலை யாருமே கட்டவே இல்லையா? என்னை எங்கே புதைக்கப்போகிறீர்கள்? ஹிந்துக்கள் காசியில் பிணங்களைக் கங்கையில் இழுத்து

விடுவதுபோல என் உடலை ஜமுனாவில் இழுத்துவிடப் போகிறீர்கள். இப்பொழுதே இழுத்துவிடுங்கள். சந்தோஷ மாகப் போகிறேன்.

ஜஹனாரா: ஔரங்கசீப் மத நம்பிக்கை கொண்டவன். அப்படிச் செய்ய மாட்டான்.

ஷாஜஹான்: ஔரங்கசீப்பா இப்பொழுது சக்கரவர்த்தி?

ஜஹனாரா: ஆமாம்.

ஷாஜஹான்: அப்பொழுது நான்?

ஜஹனாரா: கைதி. இப்பொழுது கொடுக்கப்படும் மரியாதை யெல்லாம் சக்கரவர்த்தியின் தந்தைக்குத்தான். சக்கரவர்த்திக்கு அல்ல.

ஷாஜஹான்: யார் சக்கரவர்த்தி?

ஜஹனாரா: ஔரங்கசீப்!

ஷாஜஹான்: ஔரங்கசீப் பெரியவனா? தாரா பெரியவனா?

ஜஹனாரா: தாரா!

ஷாஜஹான்: அப்படியென்றால் அவன்தானே பட்டம் ஏற வேண்டும். ஔரங்கசீப் எப்படி ஏறினான்? ஔரங்கசீப்பிடம் சொல்லிப் பட்டத்தை தாராவுக்கு வாங்கிக் கொடுத்துவிடு.

(ஜஹனாரா பேசாமல் இருக்கிறாள்.)

ஷாஜஹான்: என்ன பேசாமல் இருக்கிறாய்? ஔரங்கசீப்பிடம் சொல்வாயா, மாட்டாயா?

ஜஹனாரா: சரி சொல்லுகிறேன்.

இந்திரா பார்த்தசாரதி

துரோகி என்று குற்றம் சுமத்தி அவனைச் சிரச்சேதம் செய்யப் போகிறார்கள்.

ஷாஜஹான்: அப்படியானால் நான் கனவு கண்ட மஹலை யார் கட்டப்போகிறார்கள்?

ஜஹனாரா: ஒருவரும் கட்டப்போவதில்லை.

(ஷாஜஹான் சீறி எழுகிறான். கைகளைத் தட்டுகிறான். ஒருவரும் வரவில்லை)

ஷாஜஹான்: என்னுடைய எல்லாப் பிள்ளைகளையுமே இழுத்துக் கொண்டுபோய்ச் சிரச்சேதம் செய்யுங்கள். உன்னைப் பட்டத்தில் ஏற்றப்போகிறேன் மகளே. ஏன் முன்பு ராணி ரஸியா ஆளவில்லையா? ஹிந்துஸ்தானிப் பெண்கள் ஆட்சிபுரிவது புதிதல்ல. என்ன சொல்கிறாய்? அரியாசனம் ஏறச் சம்மதமா, சொல்?

ஜஹனாரா: (சற்று உரக்க) தாராவைக் கொலை செய்யப் போகிறார்கள். இந்தச் செய்தி உங்களை எந்தவிதத்திலும் பாதிக்கவில்லையா?

ஷாஜஹான்: தாராவை யார் கொலை செய்யப்போகிறார்கள்?

(ஜஹனாரா முகத்தில் வேதனை படர பேசாமல் இருக்கிறாள்.)

தாராவை யார் கொலை செய்யப் போகிறார்கள் சொல்லேன்?

ஜஹனாரா: நீங்கள்தான்.

ஷாஜஹான்: நானா?

ஜஹனாரா: ஆமாம். நீங்கள்தான் எங்கள் எல்லாரையுமே பிறந்தபோதே கொலைசெய்துவிட்டீர்கள்.

ஷாஜஹான்: *அப்படியானால் எனக்குக் குழந்தைகளே இல்லையா? எல்லாரையும் கொன்றுவிட்டேனா?*

ஜஹனாரா: *(எழுந்திருந்து) ஆமாம், நீங்கள் கொன்றுதான் விட்டீர்கள். நீங்கள் ஒழுங்கான தகப்பனாக இருந்திருந்தால், நாலு பிள்ளைகளும் நாலுவிதமாகவா வளர்ந்திருப்பார்கள்? நாள் முழுவதும் நீங்கள் மும்தாஜ் ஸ்மரணையைத் தவிர வேறு என்ன செய்திருக்கிறீர்கள்? உங்கள் அருமை மனைவிக்குப் பிறந்த மக்கள் என்பதைத் தவிர, எங்களைப் பற்றி உங்களுக்கு வேறு என்ன அக்கறை இருந்திருக்கிறது? நான் பார்ப்பதற்கு உங்கள் மனைவியைப் போல் இருக்கிறேன் என்ற காரணத்தினால் என்மீது உங்களுக்குப் பாசமே தவிர, நான் உங்களுடைய மகள் என்பதனால் அல்ல. இதுவே என்னையும் ரோஷனாராவையும் பிரித்துவைத்தது. தாராவின்மீது நீங்கள் உங்களுடைய சுயநலத்தின் காரணமாகக்காட்டிய பரிவு, அவனை ஔரங்கசீப்பினின்றும் பிரித்து வைத்தது. சுயநலம் ஏன் தெரியுமா? உங்களுடைய பைத்தியக்காரக் கனவுகளையெல்லாம் அவன்தான் நிறைவேற்றி வைப்பான் என்பது உங்கள் திட்டம். ஆனால் நீங்கள் நினைத்தபடி ஒன்றும் நடக்கவில்லை. 'தாராவைக் கொல்ல இருக்கிறார்கள்' என்றால் 'எந்தத் தாரா?' 'ஏன் கொலை செய்ய இருக்கிறார்கள்?' என்று திரும்பத் திரும்பக் கேட்டுக்கொண்டிருக்கிறீர்களே! அவன்மீது உண்மையான பாசம் இருந்திருந்தால், இப்படியா நிதானமாகக் கேட்டுக்கொண்டு இருப்பீர்கள்? இப்பொழுது நீங்கள் வேஷம் போடவில்லை. இதுதான் உங்களுடைய உண்மையான சொரூபம்.*

(ஷாஜஹான் ஒன்றும் புரியாமல் அவளைப் பார்க்கிறான்.)

ஷாஜஹான்: நீ பேசியது ஒன்றும் எனக்குப் புரியவில்லை.

(அவன் அவள் மடியில் முகத்தைப் புதைத்துக்கொள்கிறான். அவள் அவன் தலைமயிரைக் கோதுகிறாள்).

காட்சி—4

(மயிலாசனம். அதன் அருகே கீழே மங்கலான ஒளியில் ஔரங்கசீப் உட்கார்ந்திருக்கிறான். வயதான தோற்றம். சோர்ந்து காணப்படுகிறான். சில விநாடிகள் மௌனம். இப்பொழுது புல்லாங்குழல் இசை கேட்கிறது. ஔரங்கசீப் திடுக்கிட்டு எழுந்திருக்கிறான். இசை நிற்கிறது. சுற்றுமுற்றும் பார்க்கிறான். அப்படியே யோசித்துக்கொண்டு உட்கார்ந்திருக்கிறான். பிறகு படுக்கிறான். மறுபடியும் இசை. கோபமாக எழுந்திருக்கிறான். இப்பொழுது தொடர்ந்து கேட்டுக்கொண்டே இருக்கிறது. ஔரங்கசீப் உடை வாளில் கையை வைத்துக்கொண்டு சீறுகிறான்).

ஔரங்கசீப்: யார் அங்கே என் முன்னால் வந்து வாசி. உன்னையும் இசையையும் சேர்த்துப் புதைத்துவிடுகிறேன்.

(இசை நிற்கிறது. ஔரங்கசீப் எழுந்து அங்குமிங்கும் உலவுகிறான். மறுபடியும் இசை. இப்பொழுது தொடர்ந்து ஒரு நிமிஷம். ஔரங்கசீப் தலையைத் தூக்கி மேலே பார்க்கிறான்! ஒரு பெண் சிரிக்கும் சப்தம். ஔரங்கசீப்பின் முகம் குழப்பத்தில் ஆழ்ந்திருக்கிறது.)

பெண் குரல்: அபுல் முஸாஃபீர், மொஹைதீன் மொகம்மத் ஔரங்கசீப் பஹதூர் ஆலம்கீர் பாத்ஷா காஸி...

(ஹஹ்ஹா ஹஹ்ஹா ஹஹ்ஹா... சிரிக்கும் ஒலி)

(ஔரங்கசீப் ஏவலர்களைக் கூப்பிட கைகளைத் தட்டுகிறான்.)

பெண் குரல்: *(சிரித்துக்கொண்டே)* யாரும் வரமாட்டார்கள் ஆலம்கீர். கூப்பிட்டுப் பயனில்லை.

ஔரங்கசீப்: யார் நீ? பேயாக இருக்க முடியாது. ஐந்து வேளைகள் நமாஸ் செய்யும் உண்மையான முஸல்மான் நான். பேய்களில் எனக்கு நம்பிக்கை இல்லை.

பெண் குரல்: *(ஏளனமாக)* ஏன் இப்படிப் பயப்படுகிறீர்கள்? நீங்கள் பயப்படுவதிலும் நியாயம் இருக்கிறது. எவ்வளவு பேரைத் தீர்த்துக்கட்டியிருக்கிறீர்கள். பட்டியல் தரட்டுமா? தாரா, மூரத், ஷூஜா, சுலைமான், ஷா ஜாவாஸ்கான், சுல்தான் முகம்மத்...

ஔரங்கசீப்: *(இடைமறித்து)* போதும் போதும். நிறுத்து.

பெண் குரல்: அபுல் மொஸாஃபர் மொஹைதீன் மொகம்மத் ஔரங்கசீப் பகதூர் ஆலம்கீர் பாஷா காஸி. இந்த நீ...ண்...ட பட்டத்துக்கு எவ்வளவு பலிகள்?

ஔரங்கசீப்: யாரோ வஞ்சனை செய்கிறார்கள். இது பேயாக இருக்க முடியாது. பேய்களில் எனக்கு நம்பிக்கை இல்லை.

பெண் குரல்: ஐந்து வேளைகள் நமாஸ் செய்யும் உண்மையான முஸல்மான் அவர்களே... உங்களை எதிர்க்கிறவர்கள் எல்லாருமே இஸ்லாமியத் துரோகிகள். அப்படித்தானே? ஆள்கின்றவர்கள் – மதத்திலோ அல்லது ஒரு கொள்கையிலோ புகுந்துகொண்டு மக்கள் நம்புவதற்காக ஒரு பிரமையை உண்டாக்கிவிட்டுத் தாங்களே இந்தப் பிரமையை நம்பத்

தொடங்கிவிடுவதுதான் ஒரு நாட்டின் துர்ப்பாக்கியம் ஆலம்கீர்.

ஔரங்கசீப்: எது பிரமை?

பெண் குரல்: மதந்தான் நீங்கள், நீங்கள்தான் மதம் என்று மக்களை நம்ப வைப்பது பிரமை இல்லாமல் வேறு என்ன?

ஔரங்கசீப்: நீ அரசியல் பேசுகிறாய், பேயாக இருக்க முடியாது.

பெண் குரல்: பேய்கள் எங்கு இருக்கின்றன? வெளியில் எங்கும் இல்லை. உங்களிடத்திலேயே இருக்கின்றன. மனச்சாட்சியைத் தொட்டுக்கேளுங்கள்.

ஔரங்கசீப்: என் மனச்சாட்சியைக் கேட்க வேண்டிய அவசியமில்லை. *(அரியாசனத்தில் உட்காருகிறார். சில விநாடிகள் மௌனம்)* எது நியாயம் என்று எனக்குப் பட்டதோ அதைத்தான் நான் செய்து வந்திருக்கிறேன். இயற்கையின் பாரபட்சத் தீர்ப்புக்கு உட்பட்டவன் நான். *(சற்று உரக்க)* ஆனால் ஆரம்பத்திலிருந்தே ஏதோ ஒன்று என்னை வஞ்சித்துக்கொண்டே வருகிறது. *(தணிந்த குரலில்)* அன்பு என்றால் என்னவென்று எனக்குத் தெரியாது. அதை யாரும் எனக்குக் கற்றுத் தரவில்லை.

பெண் குரல்: இறைவன் என்றால் அன்புமயமானவன் என்று கூறும் திருக்குரானை தினந்தோறும் ஓதும் நீங்கள் அன்பு என்றால் என்னவென்று யாரும் உங்களுக்குக் கற்றுத் தரவில்லை என்று கூறுவது வேடிக்கையாக இருக்கிறது சக்கரவர்த்தி.

(ஔரங்கசீப் எழுந்திருக்கிறான்.)

ஔரங்கசீப்: யார் நீ? என்னைச் சித்திரவதை செய்யாதே.

(இசை. அவன் சுற்றும் முற்றும் பார்க்கிறான். இசை நிற்கிறது)

பெண் குரல்: நானும் உங்களால் கொலை செய்யப்பட்டவர்களில் ஒருத்திதான் பாதுஷா!

ஔரங்கசீப்: *(கலவரத்துடன்)* பேயா? நிச்சயமாக இருக்க முடியாது!

பெண் குரல்: *(சிரிக்கிறாள்)* என்னைக் கொலை செய்ய முடியாது. கொலை செய்ய முயன்றீர்கள். ஆனால் நான் சாகவில்லை.

ஔரங்கசீப்: *(சுற்றும் முற்றும் பார்த்துக்கொண்டே)* நீ எங்கிருக்கிறாய்?

பெண் குரல்: எங்கும், இயற்கையின் மூச்சு நான். பிரபஞ்சத்தின் உயிர்க்காற்று. ஒவ்வொருவனுக்கும் அவனுடைய வாழ்க்கையைப் பிரத்யேக முறையில் அர்த்தப்படுத்திக் காட்டும் அண்ட கோளங்களின் இசைப் பிரவாகம். பிரபஞ்சத் தொடக்கத்தில் தோன்றியது நாதம். அது உயிரினங்களின் தாள லயமாக உருவெடுத்தது. தாள லயத்தை, ஆத்மாவின் சங்கீதத்தை மனித உயிரினின்றும் பிரிக்க முயன்றால், எஞ்சுவது ஜடம். நீங்கள் என்னைக் கொல்ல முயன்றதன் விளைவு உங்களை எங்கு அழைத்துச் சென்றிருக்கிறது பாருங்கள். உங்கள் கைகளின் சிவப்புக் கறை ஏன் அழியாமல் இருக்கிறது ஆலம்கீர்?

(இசை நிற்கிறது.)

ஔரங்கசீப்: *(முணுமுணுப்பாக)* இசை நீ எங்கு இருக்கிறாய்?

பெண் குரல்: உங்களுக்கு முன்னே உங்களுடைய சிறு வயதில் உங்கள் காது கேட்க ஒலித்துக்கொண்டிருந்தேன். நீங்கள் துரத்திவிட்டீர்கள். தனியாக நின்று புலம்புகிறேன்.

(இசை இரண்டு நிமிஷங்கள். ஔரங்கசீப் இப்பொழுது அமைதியாக நின்று அனுபவிக்கிறான்.)

ஔரங்கசீப்: குரலாக ஒலித்துக்கொண்டிருக்கும் நீ உருவம் பெற்று வா. நான் உன்னுடன் பேச வேண்டும்.

(மங்கலான ஒளி மாறி வலப்பக்கத்தில் அரங்கம் பிரகாசமாகிறது. சதங்கை ஒலி. முகத்திரையுடன் ஒரு பெண். ஔரங்கசீப் எழுந்துபோய், உடைவாளால் அவள் முகத்திரையை விலக்குகிறான். அழகான பெண் சிரிக்கிறாள்.)

ஔரங்கசீப்: எதற்குச் சிரிக்கிறாய்?

அவள்: நீங்கள் வாளுடன் வந்தபோது, மறுபடியும் என்னைக் கொல்ல முயல்கிறீர்களோ என்று பார்த்தேன். முகத்திரையை விலக்கவா வாள்? உங்கள் முரட்டு ரசனையைக் கண்டு சிரிக்காமல் என்ன செய்ய முடியும்?

ஔரங்கசீப்: நீ யார்? உண்மையைச் சொல்லிவிடு.

அவள்: *(புன்னகையுடன்)* உங்களுக்குச் சந்தேகமாக இருக்கிறதா, உங்கள் உள்ளத்தில் அடித்தளத்தின் இசை இருக்க முடியுமா என்று? இசையைக் கேட்டுச் சற்று முன்பு மெய்மறந்து நின்றீர்களே எதனால்? இனிமேல் என் குரலை உங்களால் கேட்காமல் இருக்க முடியாது. என்னைக் கொல்ல வேண்டுமென்றால்... *(நிறுத்துகிறாள்)*

ஔரங்கசீப்: சொல், ஏன் நிறுத்திவிட்டாய்?

அவள்: நீங்கள் தற்கொலை செய்துகொள்ள வேண்டும்.

ஔரங்கசீப்: *(சீறுகிறான்)* ஓர் உண்மையான முஸல்மானிடம் தற்கொலையைப் பற்றிப் பேசுகிறாயே, என்ன துணிச்சல் உனக்கு?

இந்திரா பார்த்தசாரதி

அவள்: 'உண்மையான முஸல்மான்' என்று அடிக்கடி கூறுகின்றீர்களே, உங்களுக்கே அதைப்பற்றி அடிக்கடி சந்தேகம் ஏற்படுகிறதா... பாதுஷா?

ஔரங்கசீப்: எனக்கு இதைப்பற்றிச் சந்தேகமே கிடையாது *(உட்காருகிறான்)* உண்மையான முஸல்மான் எப்படி இருக்க வேண்டுமென்று திருக்குரானில் ஓதியிருப்பதற்கேற்ப நான் வாழ்ந்து வருகிறேன். *(சற்று உரக்க)* நான் உண்மையான முஸல்மான்தான். இதைப்பற்றி எனக்குச் சந்தேகமே கிடையாது. முஸல்மான் என்று சொல்லிக்கொண்டு இஸ்லாமை அவமதித்த முல்ஹீத்துகளைக் கொன்று விட்டேன். தாரா! அவன் தந்தைக்கு உயிருக்குயிரான தாரா! தாராவைப் பட்டத்திலும் என்னைத் தூக்கிலும் காண்பதற்கு அவர் எவ்வளவு முயன்றார்? ஆனால், ஆனால்? தாராவின் தலை உருண்டு நடுத்தெருவில் தொங்கியது. கடைசிவரை தான் சொன்னதோ செய்ததோ தவறு என்று ஒப்புக்கொள்ள மறுத்த முட்டாள்! *(மௌனம்)* அன்பு என்றால் என்னவென்று எனக்குத் தெரியாது. இதை யாரும் எனக்குக் கற்றுத்தரவும் இல்லை.

அவள்: இந்த மந்திரத்தைத் திரும்பத் திரும்பச் சொல்லிக் கொண்டுதான் இந்தப் பரந்த சாம்ராஜ்ஜியத்தில் துணை யாருமில்லாமல் தனிமையாகச் சோகத்தை அனுபவித்துக் கொண்டிருக்கின்றீர்களா சக்கரவர்த்தி?

ஔரங்கசீப்: தனிமை. உண்மைதான். எனக்கு யாரும் துணை யில்லை. ஒருவர் மீதும் எனக்கு நம்பிக்கை இல்லை. என் மகனே எனக்கு எதிரி. என் மகளும் அதற்கு உடந்தையாக இருக்கிறாள்.

அவள்: *(புன்னகையுடன்)* இப்படித்தானே ஷாஜஹானும் சொல்லியிருப்பார்?

ஔரங்கசீப்: என் தந்தை என்னை வெறுத்ததுபோல், நான் என் மகனை வெறுக்கவில்லையே! அப்படியிருக்கும்போது அவன் ஏன் எனக்கெதிரியாகக் கிளம்பியிருக்கிறான்? ஒரு நாடு, ஒரு மொழி, ஒரு மதம் என்று கனவு கண்டேன். எல்லாம் பொய்த்துவிட்டன. நீ சொல்வதைப் போல் நான் தனிமையைத்தான் அனுபவித்துக்கொண்டிருக்கிறேன். இமயத்தின் உச்சியில் இருந்துகொண்டு பார்க்கிறேன். கண்ணுக்குத் தெரிவன அனைத்தும் பள்ளத்தாக்குகள்!

(அவள் சிரிக்கிறாள். அவன் கோபமாகத் திரும்புகிறான்.)

ஔரங்கசீப்: நான் சொல்வது உனக்குச் சிரிப்பாக இருக்கிறதா?

அவள்: 'இமயத்தின் உச்சியில் இருந்துகொண்டு பார்க்கிறேன். கண்ணுக்குத் தெரிவன அனைத்தும் பள்ளத்தாக்குகள்!' என்ன அருமையான கவிதை வரிகள்! இசையைப் போல் உங்களுடைய இன்னொரு எதிரி கவிதை. நீங்கள் பேசுவதைப் பார்த்தால் அவளும் வந்து கொண்டிருக்கிறாள் போல் இருக்கிறது.

(அவள் பின்னால் வந்து அவன் கழுத்தைக் கட்டிக் கொள்கிறாள். ஔரங்கசீப் அவளை விலக்குகிறான்.)

ஔரங்கசீப்: ஏன் என்னைக் குழப்பத்துக்கு உள்ளாக்குகிறாய்? தயவுசெய்து போய்விடு. போய்விடு *(அவள் போகிறாள்)*!

இந்திரா பார்த்தசாரதி

(அவன் மிக மெதுவாக நடந்து அரங்கத்தின் முன் பக்கம் வருகிறான். ஒளி குறைகிறது. குழலிசை. முகத்தில் அமைதியுடன் அவன் கேட்டுக்கொண்டு நிற்கிறான். இசை நிற்கிறது. அவன் மேற்குத் திசை நோக்கி மண்டியிடுகிறான், கண்களை மூடிக்கொள்கிறான்.)

ஔரங். குரல்: 'கருணையும் இரக்கமும் உடைய திரு அல்லாவே! பிரபஞ்சத்தை ஆளும் உனக்கே எல்லாப் பாராட்டுகளும் உரித்தாகுக. இறுதித் தீர்ப்பு நாளன்று நியாயம் வழங்கும் பெரும் பிரபுவே. எங்களுக்கு நேர்மையான வழியைக் காட்டு. நான் வரும்போது, வெறுங்கையோடு வந்தேன். போகும்போது ஒரு பாவ மூட்டையைச் சுமந்துகொண்டு போகிறேன். என் கையிலுள்ள ரத்தக் கறையைக் கழுவ ஜமுனா நதி முழுவதும் போதாது. *(உணர்ச்சியுடன்)* நிச்சயமாகப் போதாது. இதற்கு யார் காரணம்? நான் மத வெறியனா? இல்லாவிட்டால் பாசத்துக்காக ஏங்கிய அனாதையா? எனக்கு ஒன்றும் புரியவில்லை. உன்னைத் தவிர எனக்கு உற்றார், உறவினர் யாருமில்லை. என்னை இவ்வளவு கொலைகள் செய்யும்படித் தூண்டியது எது? *(மௌனம்)* காரணத்தை ஆராய்வது என் பொறுப்பல்ல. சரித்திரம்தான் சொல்ல வேண்டும். நிகழ்ச்சிகள் என் கண்முன் வந்து நிற்கின்றன. ஆடி ஓய்ந்திருக்கும் கிழவன் நான். நானே சரித்திரமாக மாறிவிட்டேன்.

(கண்கள் மூடி இருக்கின்றன.)

(இசை தொடர்ந்து 2 நிமிஷங்கள். இருள்.)